വിജ്ഞാനവർഷം

പുസ്തകം 60

ലോകചരിത്രം സംഭവങ്ങളിലൂടെ

ഭാഗം 2

lokacharithram sambhavangaliloode
bhagam 2

•

dr. p sivadasan
dr. v rajendran nair

•

first edition
october 2009

•

second edition
may 2013

•

published
chintha publishers, thiruvananthapuram

•

typesetting

•

printed
anaswara offset pvt ltd

•

cover
ambeesh kumar

വിതരണം

ദേശാഭിമാനി ബുക്ക് ഹൗസ്

H O തിരുവനന്തപുരം-695 035
www.chinthapublishers.com
chinthapublishers@gmail.com

ബ്രാഞ്ചുകൾ

ഹെഡ്ഡാഫീസ് ബ്രാഞ്ച് കുന്നുകുഴി • ഓവർബ്രിഡ്ജ് തിരുവനന്തപുരം • കെ എസ് ആർ ടി സി ബസ് സ്റ്റേഷൻ ആലപ്പുഴ • കെ എസ് ആർ ടി സി ബസ് സ്റ്റേഷൻ എറണാകുളം • മച്ചിങ്ങൽ ലെയ്ൻ തൃശൂർ • ഐ ജി റോഡ് കോഴിക്കോട് • കെ എസ് ആർ ടി സി ബസ് സ്റ്റേഷൻ കോഴിക്കോട് • എൻ ജി ഒ യൂണിയൻ ബിൽഡിങ് കണ്ണൂർ • സെൻട്രൽ ബസ് ടെർമിനൽ കോംപ്ലക്സ് താവക്കര കണ്ണൂർ

CR - VV. 60 / 1286 / 3229

ലോകചരിത്രം സംഭവങ്ങളിലൂടെ

ഭാഗം 2

ഡോ. പി ശിവദാസൻ

ഡോ. വി രാജേന്ദ്രൻ നായർ

ചിന്ത പബ്ലിഷേഴ്സ്
തിരുവനന്തപുരം-695 035
വില : ₹ 90

ഡോ. പി ശിവദാസൻ

മലപ്പുറം ജില്ലയിലെ മങ്കട സ്വദേശി. 1971 ൽ ജനനം. അച്ഛൻ ടി ഗോപിനാഥൻ നായർ

മഞ്ചേരി എൻ എസ് എസ് കോളേജ്, പി ടി എം ഗവ. കോളേജ്, കോഴിക്കോട് സർവകലാശാല ചരിത്രവിഭാഗം, ഫാറൂഖ് ട്രെയിനിങ്ങ് കോളേജ് എന്നിവിടങ്ങളിൽ വിദ്യാഭ്യാസം. എം എ ക്ക് ഒന്നാം റാങ്ക് നേടിയിട്ടുണ്ട്.

1993 മുതൽ 2004 വരെ വിവിധ എസ് എൻ കോളേജുകളിൽ അധ്യാപകനായിരുന്നു. ഇപ്പോൾ കോഴിക്കോട് സർവകലാശാല ചരിത്രവിഭാഗത്തിൽ റീഡറാണ്. കേരളത്തിന്റെ ദേശീയ ബോധത്തിന്റെ വളർച്ചയിൽ ബ്രഹ്മ വിദ്യാസംഘത്തിന്റെ പങ്ക്, 1880 – 1920 എന്ന വിഷയത്തിൽ കേരള സർവകലാശാലയിൽ നിന്ന് ഡോക്ടറേറ്റ് നേടി. ദക്ഷിണേന്ത്യൻ ചരിത്ര കോൺഗ്രസിന്റെ ഭാരവാഹിയായും സെക്ഷണൽ അധ്യക്ഷനായും പ്രവർത്തിച്ചിട്ടുണ്ട്. കേരള സർവകലാശാലയിലെ പോസ്റ്റ് ഗ്രാജ്വേറ്റ് ബോർഡ് ഓഫ് സ്റ്റഡീസ് അംഗമായിരുന്നു. ഇപ്പോൾ കണ്ണൂർ സർവകലാശാല പോസ്റ്റ് ഗ്രാജ്വേറ്റ് ബോർഡ് ഓഫ് സ്റ്റഡീസ് അംഗമാണ് കേരള ചരിത്രം സംഭവങ്ങളിലൂടെ, വാഗൺ ട്രാജഡി: കനൽവഴിയിലെ കൂട്ടക്കുരുതി എന്നീ പുസ്തകങ്ങൾ രചിച്ചിട്ടുണ്ട്. 2009 ൽ യു ജി സിയുടെ പോസ്റ്റ് ഡോക്ടറൽ ഗവേഷണത്തിന് റിസർച്ച് അവാർഡ് ലഭിച്ചു. പുരോഗമന പ്രസ്ഥാനങ്ങളുമായി ബന്ധപ്പെട്ട് പ്രവർത്തിക്കുന്നതിനോടൊപ്പം നിരവധി ഗവേഷണപ്രബന്ധങ്ങളും രചിച്ചിട്ടുണ്ട്. അസോസിയേഷൻ ഓഫ് കാലിക്കറ്റ് യൂണിവേഴ്സിറ്റി ടീച്ചേഴ്സ് (ACT) ന്റെ ഭാരവാഹിയാണ്.

ഭാര്യ : സന്ധ്യ എസ്
മകൻ : അഭിമന്യൂ എസ്
വിലാസം : MERA-110, വെയിൽവിളാകം വീട്,
ചാലക്കുഴി ലെയിൻ, മെഡിക്കൽ കോളേജ്. പി ഒ
തിരുവനന്തപുരം–695 011
Email : sivadasan@live.in
Phone : 9447101158

ഡോ. വി രാജേന്ദ്രൻ നായർ

തിരുവനന്തപുരം വി ടി എം എൻ എസ് എസ് കോളേജ് രാഷ്ട്രതന്ത്രം റീഡർ. പൊതുമേഖലാ സ്ഥാപനങ്ങളിലെ വ്യവസായപ്രശ്നങ്ങളെക്കുറിച്ചുള്ള പഠനത്തിന് 1990 ൽ കേരള സർവകലാശാലയിൽനിന്ന് ഡോക്ടറേറ്റ് ലഭിച്ചു. 'ഇൻസ്റ്റിറ്റ്യൂട്ട് ഫോർ ദ സ്റ്റഡി ഓഫ് ഡവലപ്പിങ് ഏരിയാസ്' എന്ന സ്ഥാപനത്തിന്റെ ഹോണററി ഡയറക്ടറും ഐ എസ് ഡി എ ജേണലിന്റെ എക്സിക്യൂട്ടീവ് എഡിറ്ററുമാണ്. നിരവധി ഗവേഷണപ്രബന്ധങ്ങൾ രചിച്ചിട്ടുണ്ട്. കേരള, കാലിക്കറ്റ്, മഹാത്മാഗാന്ധി, കണ്ണൂർ സർവകലാശാലകളിലെ സോഴ്സ് ഓഫ് സ്റ്റഡീസ് ഫാക്കൽറ്റി അംഗമാണ്. എ കെ പി സി ടിയുടെ സംസ്ഥാന ട്രഷററാണ്.

ഉള്ളടക്കം

ആമുഖം

ആയിരത്തി തൊള്ളായിരം മുതൽ രണ്ടായിരത്തി ഒൻപത് വരെയുള്ള ലോകചരിത്രസംഭവങ്ങളെക്കുറിച്ചുള്ള അന്വേഷണമാണ് ഈ ഗ്രന്ഥത്തിന്റെ ഉള്ളടക്കം. ജന്മിത്തത്തിനും മുതലാളിത്തത്തിനുമെതിരെ ജനകീയമുന്നേറ്റങ്ങൾ ഉണ്ടായ ഇരുപതാംനൂറ്റാണ്ടിൽ സാമ്രാജ്യത്വം ചേരിതിരിഞ്ഞ് ഏറ്റുമുട്ടിയതിന്റെ ഫലമായി ലോകമഹായുദ്ധങ്ങളുണ്ടായി. മനുഷ്യചിന്തയെന്നപോലെ ശാസ്ത്രസാങ്കേതിക രംഗം കുതിച്ചുചാട്ടത്തിന് വിധേയമായതും ഇതേകാലത്താണ്. റഷ്യ, ചൈന തുടങ്ങി നിരവധി രാജ്യങ്ങളിൽ സോഷ്യലിസ്റ്റ് വിപ്ലവങ്ങൾ അരങ്ങേറിയത് സാധാരണക്കാർക്ക് അനുഗ്രഹമായി. ഇതേ ആവേശത്തിന്റെ നിഴലിൽ ലോകത്തിലെ പല കോളനിരാജ്യങ്ങളിലും സ്വാതന്ത്ര്യസമരങ്ങൾ അരങ്ങേറി. സാമ്രാജ്യത്വവികസനത്തിനായി ആഗ്രഹിച്ച മുതലാളിത്ത രാജ്യങ്ങൾ ചാരപ്രവൃത്തിയിലൂടെയും പട്ടാള അട്ടിമറികളിലൂടെയും സോഷ്യലിസ്റ്റ് വ്യവസ്ഥയെ ഇല്ലാതാക്കാൻ ശ്രമിച്ചു. ഇവരിൽനിന്ന് പ്രകൃതിയെയും അശരണരായ മൂന്നാംലോകജനതയെയും സംരക്ഷിക്കാൻ ജനകീയ–പുരോഗമന പ്രസ്ഥാനങ്ങൾ സജീവമായി. സോഷ്യലിസത്തോടൊപ്പം ചരിത്രവും അവസാനിച്ചു എന്ന് വിളിച്ചുകൂവിയവർക്ക് മുമ്പിൽ പുതിയ ചുവന്ന നക്ഷത്രങ്ങളായി ഹ്യൂഗോ ഷാവേസിനെപ്പോലുള്ളവർ ഉദിച്ചുയർന്നു എന്നത് ഈ നൂറ്റാണ്ടുകളെ ശ്രദ്ധേയമാക്കുന്നു. അമേരിക്കൻ സ്വപ്നമായിരുന്ന ഏകധ്രുവലോകം അസാധ്യമാണെന്ന് ഇന്ത്യയും ചൈനയും സ്ഥാപിച്ചിരിക്കുകയാണ്. അടിമത്തത്തിനും കോളനിവൽക്കരണത്തിനും സാമ്രാജ്യത്വചൂഷണങ്ങൾക്കും ഭീഷണിയായി ഉയർന്ന പുതുനൂറ്റാണ്ടിലെ സംഭവങ്ങൾകൂടി ചേർത്താണ് ഈ പുസ്തകം തയാറാക്കിയിരിക്കുന്നത്.

1

ഇരുപതാം നൂറ്റാണ്ടിലേക്ക്

കച്ചവടത്തിന്റെയും കോളനിവൽക്കരണത്തിന്റെയും മത്സരം വർധിച്ചതോടെ യൂറോപ്യൻ രാജ്യങ്ങൾ മാത്രമല്ല അമേരിക്കയും ഏഷ്യയിലെ ജപ്പാനെപ്പോലുള്ള രാജ്യങ്ങളും കോളനികൾക്കായി മത്സരം തുടങ്ങി. ഏഷ്യയിലെ കുതിച്ചുയരുന്ന രാജ്യമാണ് തങ്ങളുടേതെന്ന് ജപ്പാൻ തെളിയിക്കുകയും, റഷ്യയെയും ചൈനയെയും സൈനികമേധാവിത്വത്തിലൂടെ പരാജയപ്പെടുത്തുകയും ചെയ്തു. അയർലൻഡ്, ആഫ്രിക്കൻ രാജ്യങ്ങൾ, ഇന്ത്യ എന്നിവിടങ്ങളിലും റഷ്യ, ചൈന എന്നീ രാജ്യങ്ങളിലും ഏകാധിപത്യശക്തികൾക്കെതിരെ ശക്തമായ ജനമുന്നേറ്റങ്ങൾ വളർന്നുവന്നു. മുതലാളിത്തം ശാസ്ത്ര-സാങ്കേതിക നേട്ടങ്ങൾ ഉപയോഗിച്ച് സമ്പത്ത് വർധിപ്പിക്കാൻ ശ്രമിച്ചുകൊണ്ടിരുന്ന ഘട്ടത്തിൽ കാർഷികമേഖലയിൽ തകർച്ച നേരിട്ടതിനെത്തുടർന്നും ചൂഷണം വ്യാപിച്ചതിന്റെ ഫലമായും പട്ടിണിയും ദുരിതവും വർധിക്കാനിടയായി. ഇതിനെതിരെ സംഘടിത തൊഴിലാളി-കർഷക പ്രസ്ഥാനങ്ങൾ വളർന്നുവരാൻ തുടങ്ങി. ഇക്കാലത്തെ ശാസ്ത്രനേട്ടങ്ങൾ ഏറിയപങ്കും ഉപയോഗപ്പെടുത്തിയത് സൈനികരംഗവും ആഡംബര ജീവിതം നയിക്കുന്നവരുമാണ്. ഇരുപതാം നൂറ്റാണ്ടിനെ വിശേഷവൽക്കരിച്ച സംഭവങ്ങൾ താഴെപ്പറയുന്നവയാണ്.

ഇന്ത്യയിലെ കനത്ത പട്ടിണി: 1900

ബ്രിട്ടീഷ് ഇന്ത്യ സമ്പൽസമൃദ്ധിയിലേക്ക് നീങ്ങുകയാണെന്ന ബ്രിട്ടന്റെ വാദത്തെ തള്ളിക്കൊണ്ട് കൊടുംചൂഷണത്തെത്തുടർന്ന് കനത്ത പട്ടിണിയും ക്ഷാമവും ഇന്ത്യയിൽ അനുഭവപ്പെട്ടു. 1770 മുതൽ തുടങ്ങിയ ഇന്ത്യയുടെ ദാരിദ്ര്യത്തിന്റെയും ക്ഷാമങ്ങളുടെയും ഉത്തര

വാദി ബ്രിട്ടീഷ് ഭരണം ആയിരുന്നു. 1896 മുതൽ ആരംഭിച്ച കനത്ത ക്ഷാമവും ദുരിതവും നിരവധി ഇന്ത്യക്കാരെ കൊന്നൊടുക്കി.

നോസസ് (Knossus) സംസ്കാരം കണ്ടെത്തി: മാർച്ച് 10, 1900

പ്രശസ്ത പുരാവസ്തു ഗവേഷകനായ ആർതർ ഇവാൻസ് 1900 മാർച്ച് 10-ന് ക്രീറ്റിലെ (Crete) പ്രാചീന നഗരമായ നോസസിൽനിന്ന് താമ്രയുഗസംസ്കാര അവശിഷ്ടങ്ങൾ കണ്ടെത്തി. ക്രീറ്റൻ നഗരത്തിന്റെ സംസ്കാരവുമായി ബന്ധപ്പെട്ട ഗുഹാചിത്രങ്ങൾ മിനോവൻ സംസ്കാരത്തെക്കുറിച്ച് പഠനം നടത്തുവാൻ ഗവേഷകരെ സഹായിച്ചു. ബി സി 2200–1500 കാലത്താണ് മിനോവൻ സംസ്കാരം നിലനിന്നിരുന്നത്.

ഫ്രോയ്ഡിന്റെ *സ്വപ്നങ്ങളുടെ വ്യാഖ്യാനം*: 1900

ആസ്ട്രിയൻ മനഃശാസ്ത്രജ്ഞനായ സിഗ്മണ്ട് ഫ്രോയ്ഡ് (1856–1939) ഇരുപതാം നൂറ്റാണ്ടിന്റെ പ്രധാന വ്യക്തിത്വമാണ്. 1900-ത്തിൽ പ്രസിദ്ധീകരിച്ച *സ്വപ്നങ്ങളുടെ വ്യാഖ്യാനം* എന്ന ഗ്രന്ഥം സ്വപ്നങ്ങളെ വ്യാഖ്യാനിക്കാനുള്ള ശ്രമമായിരുന്നു. ഇത് ഏറെ ചർച്ചചെയ്യപ്പെട്ട കൃതിയാണ്. 'മാനസികാപഗ്രഥനം' എന്ന വിജ്ഞാനശാഖയ്ക്ക് അടിത്തറയിട്ടത് ഫ്രോയ്ഡായിരുന്നു.

സിഗ്മണ്ട് ഫ്രോയ്ഡ്

ഒളിമ്പിക് ഗെയിംസ്: 1900

രണ്ടാമത് ഒളിമ്പിക് ഗെയിംസ് നടന്നത് പാരീസ് നഗരത്തിലാണ് (1900). ഈ മത്സരത്തിൽ ഫ്രാൻസ് 102 മെഡലുകൾ കരസ്ഥമാക്കി. ഇതുവരെ ഒളിമ്പിക് ഗെയിംസ് നടന്ന വേദികൾ താഴെപ്പറയുന്നവയാണ്.

ഏഥൻസ്, ഗ്രീസ് – 1896
പാരീസ്, ഫ്രാൻസ് – 1900
സെന്റ് ലൂയിസ്, മിസൗറി, യു എസ് – 1904
ലണ്ടൻ, ഇംഗ്ലണ്ട് – 1908
സ്റ്റോക്ക്ഹോം, സ്വീഡൻ – 1912
ആന്റ് വെർപ്പ്, ബെൽജിയം – 1920
പാരീസ്, ഫ്രാൻസ് – 1924
ആംസ്റ്റർഡാം, നെതർലാൻഡ്സ് – 1928

ഒളിമ്പിക്സ് ചിഹ്നം

ലോസ് ഏഞ്ചൽസ്, കാലിഫോർണിയ, യു എസ് –1932
ബർലിൻ, ജർമനി – 1936
ലണ്ടൻ, ഇംഗ്ലണ്ട് – 1948
ഹെൽസിങ്കി, ഫിൻലൻഡ് – 1952
മെൽബൺ, ഓസ്ട്രേലിയ – 1956
റോം, ഇറ്റലി – 1960
ടോക്കിയോ, ജപ്പാൻ – 1964
മെക്സിക്കോ സിറ്റി, മെക്സിക്കോ – 1968
മ്യൂണിക്, പശ്ചിമജർമനി – 1972
മോൺട്രീൽ, കാനഡ – 1976
മോസ്കോ, യു എസ് എസ് ആർ – 1980
ലോസ് ഏഞ്ചൽസ്, കാലിഫോർണിയ, യു എസ് – 1984
സിയോൾ, ദക്ഷിണ കൊറിയ – 1988
ബാഴ്സലോണ, സ്പെയിൻ – 1992
അറ്റ്ലാന്റ, ജോർജിയ, യു എസ് – 1996
സിഡ്നി, ഓസ്ട്രേലിയ – 2000
ഏഥൻസ്, ഗ്രീസ് – 2004
ബീജിങ്, ചൈന – 2008

നൊബേൽ സമ്മാനം: 1900

1900–ത്തിൽ സ്ഥാപിതമായ സ്വകാര്യസ്ഥാപനമാണ് നൊബേൽ ഫൗണ്ടേഷൻ. 1833–ൽ സ്വീഡനിൽ ജനിച്ച വ്യവസായിയും ശാസ്ത്രജ്ഞനുമായിരുന്ന ആൽഫ്രഡ് ബേൺഹാർഡ് നൊബേലിന്റെ (1833–1896)

ആൽഫ്രഡ് നൊബേൽ

ആഗ്രഹപ്രകാരം സ്ഥാപിതമായതായിരുന്നു നൊബേൽ ഫൗണ്ടേഷൻ. സ്വീഡനിലെ സ്റ്റോക്ക് ഹോം (Stockholm) ആണ് ഫൗണ്ടേഷന്റെ ആസ്ഥാനം. 9 അംഗങ്ങളുള്ള നൊബേൽ കമ്മിറ്റി 5 സമ്മാനങ്ങളാണ് നൽകിയിരുന്നത്. 1969–ൽ സമ്മാനങ്ങളുടെ എണ്ണം 6 ആക്കി വർധിപ്പിച്ചു. ബൗദ്ധികനേട്ടങ്ങൾക്ക് നൽകിവരുന്ന നൊബേൽ സമ്മാനം മഹത്തായ നേട്ടമായി ആധുനികസമൂഹം കാണുന്നു. നൊബേൽ സമ്മാനം തീരുമാനിക്കുന്നത് കരോളിൻസ്ക ഇൻസ്റ്റിറ്റ്യൂട്ട് (Karolinska Institute), നോർവീജിയൻ നൊബേൽ കമ്മിറ്റി (Norwegian Nobel Committee), റോയൽ സ്വീഡിഷ് അക്കാഡമി ഓഫ് സയൻസ് (Royal Swedish Academy of Science), സ്വീഡിഷ് അക്കാഡമി (Swedish Academy) എന്നിവരാണ്. ആൽഫ്രഡ് നൊബേൽ 1895–ൽ എഴുതിയ തന്റെ സമ്പാദ്യങ്ങൾ സംബന്ധിച്ച പത്രിക പ്രകാരം ഓരോ വർഷവും മനുഷ്യവംശത്തിന് നൽകിയ വിലപ്പെട്ട സംഭാവനകൾക്കുള്ള ഉപഹാരങ്ങളായാണ് സമ്മാനം നൽകേണ്ടത് എന്ന് നിർദേശിച്ചിരുന്നു. കെമിസ്ട്രി, ഫിസിക്സ്, ഫിസിയോളജി അല്ലെങ്കിൽ മെഡിസിൻ, ലിറ്ററേച്ചർ, സമാധാനം (peace) എന്നീ മേഖലകളിലാണ് സമ്മാനം നൽകുന്നത്. 1901 ഡിസംബർ 10–ന് ആദ്യ സമ്മാനവിതരണം നടന്നു. സാമ്പത്തികശാസ്ത്രത്തിലുള്ള സമ്മാനം നൽകിത്തുടങ്ങിയത് 1969 മുതലാണ്. സമ്മാന വിതരണത്തിൽ യൂറോപ്യൻ മേഖലയുടെ ആധിപത്യവും മുതലാളിത്തത്തിന്റെ പ്രോത്സാഹനവും വിമർശനങ്ങൾക്ക് വഴി തെളിയിച്ചിട്ടുണ്ട്.

ബോവർ പോരാളികൾ (Boers) കീഴടങ്ങുന്നു: 1901

ബ്രിട്ടീഷ് അധിനിവേശത്തിനെതിരെ ട്രാൻസ്‌വാൾ (Transval), ഓറഞ്ച് ഫ്രീ സ്റ്റേറ്റ് (Orange Free State) എന്നീ ആഫ്രിക്കൻ രാഷ്ട്രങ്ങളിൽ നടന്ന ബോവർ കലാപം ലക്ഷ്യത്തിലെത്താതെ പരാജയപ്പെട്ടു. 1899 ഒക്ടോബർ 11–ന് തുടങ്ങിയ കലാപം 20,000–ത്തിൽപ്പരം ആഫ്രിക്കൻ–ബോവർ വർഗക്കാരുടെ മരണത്തിനിടയാക്കി. അശരണരായ സ്ത്രീകളും കുട്ടികളും ഭക്ഷണവും പാർപ്പിടവുമില്ലാതെ അന്യദേശങ്ങളിലെ വൃത്തിരഹിതമായ ക്യാമ്പുകളിൽ നരകയാതന അനുഭവിക്കേണ്ടിവന്നു. പുരുഷന്മാരായ ബോവർ–ആഫ്രിക്കൻ വർഗക്കാരെ ശിക്ഷിക്കുന്നതിന് ഖനിമുതലാളിമാരും ബ്രിട്ടീഷ് സർക്കാരും പീഡനക്യാമ്പുകൾ

തുറക്കുകയുണ്ടായി. ആഫ്രിക്കക്കാരുടെ വയലുകളും തോട്ടങ്ങളും കൂടി നശിപ്പിക്കപ്പെട്ടതോടെ സാമ്രാജ്യത്വവിരുദ്ധ കലാപകാരികൾക്ക് വെരേനിങ്ങിങ് (Vereeninging) കരാറിലൂടെ കീഴടങ്ങേണ്ടിവന്നു. ഈ കരാർ ഒപ്പുവച്ചത് 1902 മെയ് മാസത്തിലായിരുന്നു. അഡോൾഫ് ഹിറ്റ്ലറുടെ പീഡന ക്യാമ്പുകൾക്ക് സമാനമായിരുന്നു ബ്രിട്ടീഷുകാരുടെ ശിക്ഷാനടപടികൾ. പോൾ ക്രൂഗർ (Paul Kruger, 1825–1904) ആയിരുന്നു ട്രാൻസ്വാളിന്റെ ഭരണാധികാരി. ബോവർ യുദ്ധത്തെത്തുടർന്ന് ഇദ്ദേഹം യൂറോപ്പിലേക്ക് രക്ഷപ്പെട്ടു. ഡച്ച് പാരമ്പര്യമുള്ള ഈ ബോവർ പോരാളി ആഫ്രിക്കൻ ജനതയുടെ മോചനപോരാട്ടത്തിന്റെ ആദ്യകാല നേതാവായിരുന്നു.

ബ്ലാക്ക് ഡ്രാഗൺ സൊസൈറ്റി (Black Dragon Society): 1901

ജപ്പാനിൽ 1901–ൽ സ്ഥാപിതമായ രഹസ്യ സംഘടനയാണിത്. വലതുപക്ഷ കാഴ്ചപ്പാടിന്റെ അടിസ്ഥാനത്തിൽ ഏഷ്യയിലാകമാനം ജപ്പാൻ സാമ്രാജ്യത്വ അധികാരം സ്ഥാപിക്കണമെന്ന് ആവശ്യപ്പെട്ടിരുന്ന സംഘടനയായിരുന്നു ഇത്. രണ്ടാം ലോകമഹായുദ്ധം അവസാനിക്കുന്നതുവരെ ഈ സാമ്രാജ്യത്വമോഹികൾ പ്രവർത്തനം നടത്തി.

റേഡിയോ പ്രക്ഷേപണം: 1901

ഇറ്റാലിയൻ ഇലക്ട്രിക്കൽ എഞ്ചിനീയർ ഗുഗ്ലീമോ മാർക്കോണി (1874–1937) 1901 ഡിസംബർ 11–ന് ഇംഗ്ലണ്ടിലെ പോൾദുവിൽനിന്ന് 2000 മൈലിനപ്പുറം അമേരിക്കയിലെ ന്യൂഫൗണ്ട് ലാന്റിലെ സെന്റ് ജോൺസ് എന്ന സ്ഥലത്തേക്ക് റേഡിയോ പ്രക്ഷേപണം നടത്തി. രണ്ട് സ്ഥലങ്ങളിലും വളരെ ഉയരത്തിൽ ഏരിയലുകൾ സ്ഥാപിച്ചാണ് ഈ അത്ഭുത പ്രവർത്തനം നടത്തിയത്. റേഡിയോ തരംഗങ്ങളെക്കുറിച്ചുള്ള വിപ്ലവകരമായ ഈ പരീക്ഷണം വയർലസ് ഗവേഷണത്തെ ഊർജസ്വലമാക്കി. 1909–ൽ ഫിസിക്സിനുള്ള നൊബേൽ സമ്മാനം മാർക്കോണിക്ക് ലഭിച്ചു.

ഗുഗ്ലീമോ മാർക്കോണി

വിമാനം: 1903

റൈറ്റ് സഹോദരന്മാർ (Wilbur and Orville Wright) 1903, ഡിസംബർ 17–ന് അമേരിക്കയിലെ നോർത്ത് കരോലിനയിൽവച്ച് വിമാനം

പ്രവർത്തിപ്പിച്ച് ലോകശ്രദ്ധ നേടി. ഒന്നാം ലോകമഹായുദ്ധകാലത്താണ് വിമാനങ്ങളുടെ വിപുലമായ ഉപയോഗം നടന്നത്. പൊതുജനശ്രദ്ധ പിടിച്ചുപറ്റിയ വിമാനങ്ങൾ യുദ്ധരംഗത്തുനിന്നും യാത്രാവാഹനങ്ങളായി മാറി. 1930 ആയപ്പോൾ 30–40 സഞ്ചാരികളെ വഹിക്കാവുന്ന വിമാനങ്ങൾ നിലവിൽ വന്നു. രണ്ടാം ലോകമഹായുദ്ധത്തെത്തുടർന്ന് വാണിജ്യാടിസ്ഥാനത്തിൽ യാത്രാവിമാനങ്ങൾ യൂറോപ്യൻ രാജ്യങ്ങൾ ഉപയോഗിച്ചു തുടങ്ങി.

രക്തം ചിന്തിയ ഞായറാഴ്ച (Bloody Sunday): ജനുവരി 9, 1905

1905–ലെ റഷ്യൻ വിപ്ലവം നടക്കുന്നത് ഈ സംഭവത്തോടെയാണ്. സെന്റ് പീറ്റേഴ്സ് ബർഗിലെ വിന്റർ പാലസിലെത്തിയ നിരായുധരായ ജനങ്ങൾക്കുനേരെ പൊലീസ് വെടിവയ്പ്പുനടത്തി. ഈ ജനക്കൂട്ടം ജോർജി ഗാപ്പൺന്റെ (Georgy Gapon) നേതൃത്വത്തിൽ ഭരണാധികാരികൾക്ക് പരാതി നൽകാൻ എത്തിയതായിരുന്നു. നൂറുകണക്കിനാളുകൾ കൊല്ലപ്പെടുകയും അതിനെക്കാളേറെ മുറിവേൽക്കുകയും ചെയ്തു. ഈ സംഭവം നടന്നത് 1905 ജനുവരി 9–നായിരുന്നു. ഈ ഞായറാഴ്ച ദിവസം റഷ്യൻ ചരിത്രത്തിലെ വിപ്ലവമുന്നേറ്റങ്ങൾക്ക് തുടക്കമിട്ടു. വിപ്ലവസമാനമായ കലാപങ്ങൾ ഗ്രാമങ്ങളിൽ ആരംഭിക്കുന്നത് ഈ മനുഷ്യത്വരഹിതമായ വെടിവയ്പ്പിനെത്തുടർന്നാണ്.

പൊട്ടംകിൻ കലാപം: 1905

റഷ്യയുടെ നാവികസേനാ കപ്പലായ പൊട്ടംകിനിലെ പട്ടാളക്കാർ (Potemkin) റഷ്യൻ കലാപത്തിന് തുടക്കമിട്ടു. 1905–ലെ റഷ്യൻ വിപ്ലവമായി ഈ കലാപം മാറി. സെർജി ഐസൻസ്റ്റീന്റെ സിനിമയുടെ പ്രമേയവും പൊട്ടംകിൻ കലാപമാണ്. 1925–ലാണ് ഈ സിനിമ പുറത്തിറങ്ങിയത്.

ബ്രിട്ടീഷ് ലേബർ പാർട്ടി: 1906

സോഷ്യലിസ്റ്റ് മിതവാദികളുടെ കൂട്ടായ്മയായി 1906–ൽ ബ്രിട്ടനിലെ ലേബർ പാർട്ടി രൂപംകൊണ്ടു. ഫേബിയൻ സൊസൈറ്റി പോലുള്ള തൊഴിലാളി ആഭിമുഖ്യമുള്ള വിവിധ സംഘടനകൾ ചേർന്നാണ് ലേബർ പാർട്ടി രൂപംകൊണ്ടത്. 1924–ൽ അധികാരമേറ്റ ബ്രിട്ടന്റെ നേതാവ് റാംസെ മക്ഡൊണാൾഡ് (Ramsay Macdonald) ലേബർ പാർട്ടി പ്രതിനിധിയായിരുന്നു. 1945–ൽ ലേബർപാർട്ടി അധികാരത്തിൽ വന്നതിനെത്തുടർന്നാണ് ഇന്ത്യയടക്കമുള്ള ബ്രിട്ടന്റെ കോളനി രാജ്യങ്ങൾക്ക് സ്വാതന്ത്ര്യം ലഭിക്കുന്നതിന് അനുകൂലമായ അവസ്ഥയുണ്ടായത്. ലേബർ പാർട്ടി അധികാരത്തിലെത്തിയതിനെത്തുടർന്ന് തൊഴിലാളി ക്ഷേമ നടപടികൾ ബ്രിട്ടനിൽ നടപ്പിലാക്കിത്തുടങ്ങി. അടിസ്ഥാന മേഖലയിലെ വ്യവസായങ്ങൾ ദേശവൽക്കരിക്കുക, പൊതുജനാരോഗ്യസേവനം മെച്ച

പ്പെടുത്തുക തുടങ്ങിയ പ്രവർത്തനങ്ങൾ യാഥാർഥ്യമാക്കിയത്, ലേബർ പാർട്ടി സർക്കാരുകളാണ്. ബ്രിട്ടന്റെ സാമ്രാജ്യത്വനയങ്ങൾ നിയന്ത്രിക്കുന്നതിൽ ഈ രാഷ്ട്രീയ പ്രവർത്തനം പ്രധാന പങ്കുവഹിച്ചു.

അൾഷിമേഴ്സ് രോഗം (Alzheimer's Disease): 1906

അൾഷിമേഴ്സ് രോഗം തിരിച്ചറിയപ്പെടുന്നത് 1906-ലാണ്. ജർമൻ ശാസ്ത്രജ്ഞനായ അലോയ്സ് അൾഷീമർ (Alois Alzheimer) ആണ് ഈ രോഗത്തെ ചികിത്സാരംഗത്തിന് പരിചയപ്പെടുത്തിയത്. മനുഷ്യന്റെ ഓർമശക്തിയെയും ബൗദ്ധികപ്രവർത്തനത്തെയും മന്ദീഭവിപ്പിക്കുന്ന ഈ രോഗം വാർധക്യവുമായി ബന്ധപ്പെട്ടതാണ്. ഇതിനെ പ്രതിരോധിക്കാനുള്ള ശ്രമങ്ങൾ ശാസ്ത്രലോകം ഇന്നും തുടരുകയാണ്.

പ്ലാസ്റ്റിക്കിന്റെ കണ്ടുപിടിത്തം: 1909

ബൽജിയംകാരനായ ലിയോ ബേക്ക്ലാന്റ് (1863–1944) ബേക്ക്ലൈറ്റ് അഥവാ കൃത്രിമ പ്ലാസ്റ്റിക് കണ്ടുപിടിച്ചു. ഇതോടെ കളിമൺ പാത്രങ്ങൾ പ്ലാസ്റ്റിക്കിന് വഴിമാറിക്കൊടുത്തു. പ്ലാസ്റ്റിക് യുഗം ഇതോടെ ആരംഭിച്ചു. നാലുവർഷത്തെ ഗവേഷണത്തിനൊടുവിലാണ് ഫിനോളും ഫോർമാൽഡിഹൈഡും കണ്ടൻസേഷൻ പ്രവർത്തനത്തിന് വിധേയമാക്കി പ്ലാസ്റ്റിക് കണ്ടെത്തിയത്. കൃത്രിമ പദാർഥങ്ങൾ ഉണ്ടാക്കുവാൻ ഈ കണ്ടെത്തൽ പ്രേരണയായി.

ടോൾസ്റ്റോയ് നിര്യാതനായി: നവംബർ 20, 1910

ലിയോ ടോൾസ്റ്റോയ്

അന്നകരേനീന, വാർ ആന്റ് പീസ് എന്നീ വിശ്വവിഖ്യാത കൃതികളിലൂടെ പ്രശസ്തനായ ലിയോ ടോൾസ്റ്റോയ് (Leo Tolstoy 1828–1910) 1910 നവംബർ 20-ന് നിര്യാതനായി. മനുഷ്യജീവിതത്തിന്റെ വെളിപ്പെടുത്തപ്പെടാത്ത അവസ്ഥാവിശേഷങ്ങളിലേക്കുള്ള ഗവേഷണമായിരുന്നു ടോൾസ്റ്റോയിയുടെ രചനകൾ. റഷ്യൻ വിപ്ലവത്തെ മാത്രമല്ല, മഹാത്മാഗാന്ധിയുടെ വിശ്വാസങ്ങളെപ്പോലും കനത്ത രീതിയിൽ സ്വാധീനിക്കാൻ ഇദ്ദേഹത്തിനായിട്ടുണ്ട്.

മെക്സിക്കോ വിപ്ലവം: 1911

1911 മെയ് 15-ന് നാൽപ്പത്തിഅഞ്ചു വർഷത്തെ ഏകാധിപത്യഭരണം നടത്തിയിരുന്ന പോർഫിറിയോ ഡയസിനെതിരെ ഫ്രാൻസിസ്കോ മദേ

രയുടെയും എമിലിയാനൊ പാത്തയുടെയും നേതൃത്വത്തിൽ വിപ്ലവം അരങ്ങേറി. 1910–ൽ മദേര അറസ്റ്റ് ചെയ്യപ്പെട്ടിരുന്നു. ഭൂരിപക്ഷം വരുന്ന കർഷകജനതയെ ദുരിതത്തിലാഴ്ത്തുന്ന നടപടികളാണ് ഡയസ് കൈക്കൊണ്ടിരുന്നത്. അമേരിക്കൻ സേനയും ഡയസും ചേർന്ന് വിപ്ലവത്തെ അടിച്ചമർത്താൻ ശ്രമിച്ചെങ്കിലും, ഡയസിന് പാരീസിലേക്ക് രക്ഷപ്പെടേണ്ടിവന്നു. 1911 ജൂലായ് 7–ന് മദേര മെക്സിക്കൻ പ്രസിഡന്റായി.

ചൈനീസ് വിപ്ലവം: 1911

സൺ യാത് സെൻ (Sun Yat-Sen), യുവാൻ ഷിക്കായ് (Yuan Shih Kai) എന്നിവരുടെ നേതൃത്വത്തിൽ 1911–ൽ ചൈനയിൽ നടന്ന രാഷ്ട്രീയ മാറ്റമാണിത്. വലതുപക്ഷ–ദേശീയ വാദികൾ മഞ്ചുരാജാക്കന്മാരിൽ നിന്ന് അധികാരം കൈക്കലാക്കിയത് ഈ വിപ്ലവത്തോടെയാണ്. അമിതമായ ചൂഷണംകൊണ്ടും ദാരിദ്ര്യം മൂലവും ചൈനയിലെ ഗ്രാമീണർ രാജ്യത്താകമാനം 1911 ഒക്ടോബർ 10 മുതൽ കലാപങ്ങളിലേർപ്പെട്ടു. ഇതിനെ അമർച്ച ചെയ്യാനായിട്ടാണ് മഞ്ചു ഭരണാധികാരികൾ യുവാൻ ഷിക്കായിയെ അധികാരമേൽപ്പിച്ചത്. അമേരിക്കയിലായിരുന്ന സൺ യാത് സെൻ ചൈനയിൽ തിരിച്ചെത്തുകയും തൽഫലമായി മഞ്ചുഭരണം അവസാനിക്കുകയും ആ സ്ഥാനത്ത് യുവാൻ ഷിക്കായ് ചൈനയുടെ പ്രസിഡന്റാവുകയും ചെയ്തു. തുടർന്നുണ്ടായ കമ്യൂണിസ്റ്റ് വിപ്ലവത്തിന് വഴിയൊരുക്കിയത് 1911–ൽ നടന്ന ഈ അധികാരമാറ്റമായിരുന്നു.

ബ്രിട്ടീഷ് ആഡംബരക്കപ്പലായ ടൈറ്റാനിക്കിന്റെ പതനം: 1912

ടൈറ്റാനിക്

നോർത്ത് അറ്റ്ലാന്റിക്കിലേക്കുള്ള കന്നിയാത്രയിൽ ദൃഷ്ടിയിൽപ്പെടാതെ പോയ മഞ്ഞുമലയിലിടിച്ച് ബ്രിട്ടീഷ് ആഡംബരക്കപ്പലായ ടൈറ്റാനിക് (Titanic) സമുദ്രത്തിൽ മുങ്ങിയത് 1912 ഏപ്രിൽ 15-നാണ്. 1500-ലധികം യാത്രക്കാരും കപ്പൽ തൊഴിലാളികളും ഈ ദുരന്തത്തിൽ കൊല്ലപ്പെട്ടു. 1985-ൽ സമുദ്രാന്തർഭാഗത്ത് ഗവേഷകനായ റോബർട്ട് ബല്ലാർഡ് (Robert Bellard) ടൈറ്റാനിക് കപ്പൽ കണ്ടെത്തുകയുണ്ടായി.

ബാൾക്കൻ യുദ്ധങ്ങൾ: 1912–1913

ഓട്ടോമൻ സാമ്രാജ്യത്തിന്റെ അവസാന അധികാരമേഖല യൂറോപ്പിൽ ഇല്ലാതായത് തുടർച്ചയായി ബാൾക്കൻ ലീഗുമായി (Serbia, Bulgaria, Montenegro, Greece) നടന്ന യുദ്ധങ്ങളിലൂടെയാണ്. തുർക്കിക്കെതിരെ റഷ്യൻ പിന്തുണയോടെ ബാൾക്കൻ ലീഗ് 1912 ഒക്ടോബർ 8-ന് യുദ്ധം പ്രഖ്യാപിച്ചു. കോൺസ്റ്റാന്റിനോപ്പിൾ വരെ മുന്നേറിയ ബാൾക്കൻ സേന തുർക്കിയെ പരാജയപ്പെടുത്തി. ഇതിനെത്തുടർന്ന് 1913 മെയ് 30-ന് ലണ്ടനിൽ വച്ച് സമാധാന ചർച്ചകൾ നടന്നു. 1913 ജൂൺ 29-ന് വീണ്ടും യുദ്ധം ആരംഭിച്ചു. മാസിഡോണയുടെ വിഭജനത്തിലേക്ക് നയിച്ച ഈ യുദ്ധം ബാൾക്കൻ ലീഗിലെ അംഗങ്ങൾ തമ്മിലുള്ള തർക്കത്തിന് ഇടയാക്കി. ബാൾക്കൻ മേഖലയിലെ കലാപങ്ങൾ ഒന്നാം ലോകമഹായുദ്ധത്തിന് വഴിവയ്ക്കുകയുണ്ടായി.

രബീന്ദ്രനാഥ് ടാഗോറിന് നൊബേൽ സമ്മാനം: 1913

സാഹിത്യമേഖലയ്ക്ക് അമൂല്യസംഭാവനകൾ നൽകിയ രബീന്ദ്രനാഥ ടാഗോറിന് 1913-ൽ സാഹിത്യരംഗത്തെ മികവിന് നൊബേൽ സമ്മാനം ലഭിച്ചു. ദേബേന്ദ്രനാഥ് ടാഗോറിന്റെ പുത്രനായ രബീന്ദ്രനാഥ് ഇംഗ്ലണ്ടിലെ വിദ്യാഭ്യാസത്തിനുശേഷം സാഹിത്യരചനാ രംഗത്ത് സജീവമായി. ബംഗാളി ഗ്രാമീണ ജീവിതത്തെയും ഗംഗാനദിയെയും ഏറെ ഇഷ്ടപ്പെട്ടിരുന്ന രബീന്ദ്രനാഥ ടാഗോർ അവ തന്റെ സൃഷ്ടികളുടെ പശ്ചാത്തലമാക്കുകയും ചെയ്തിരുന്നു. *സോണാർ താരി, മാനസി, ഗീതാഞ്ജലി* എന്നിവ അദ്ദേഹത്തിന്റെ മികച്ച കൃതികളാണ്. 1901-ൽ *ശാന്തിനികേതൻ* എന്ന വിദ്യാലയം സ്ഥാപിച്ച് ടാഗോർ പ്രശസ്തനായി. ഈ വിദ്യാലയം 1921-ൽ വിശ്വഭാരതി സർവകലാശാലയായി. 1910-ൽ രചിച്ച *ഗീതാഞ്ജലി* എന്ന ഗ്രന്ഥമാണ് ഇദ്ദേഹത്തെ നൊബേൽ സമ്മാന ജേതാവാക്കിയത്. 1915-ൽ ടാഗോറിന് സമ്മാനിക്കപ്പെട്ട പ്രഭുത്വപദവി (knighthood) 1919-ലെ അമൃത്സർ-ജാലിയൻ വാലാബാഗ് കൂട്ടക്കൊലയെത്തുടർന്ന് തിരിച്ചു നൽകി അദ്ദേഹം തന്റെ പ്രതിഷേധം അറിയിച്ചു. 1910-ൽ രചിച്ച *ഗോറ* എന്ന നോവലും ഇദ്ദേഹത്തിന്റെ മികച്ച കൃതികളി

ലൊന്നാണ്. ഇന്ത്യൻ ദേശീയഗാന രചയിതാവെന്ന നിലയിലും ഇന്ത്യ രബീന്ദ്രനാഥ ടാഗോറിനെ ആദരിക്കുന്നു.

കുമിങ്താങ് (Kuomintang Party) പാർട്ടി: 1914

സൺ യാത് സെൻ (Sun Yat Sen) 1914–ൽ സ്ഥാപിച്ച ചൈനീസ് രാഷ്ട്രീയ സംഘടനയാണിത്. 1922–ൽ റഷ്യയിലെ ബോൾഷെവിക് പാർട്ടി മാതൃകയിൽ ഇതിനെ പുനഃസംഘടിപ്പിച്ചു. 1926 മുതൽ ചിയാങ് കൈഷക്കിന്റെ (Chiang Kai-Shek) നേതൃത്വത്തിൽ കമ്യൂണിസ്റ്റ് വിരോധം പുലർത്തുന്ന പാർട്ടിയായി. 1949 വരെ ചൈനീസ് റിപ്പബ്ലിക് ഭരിച്ചിരുന്നത് കുമിങ്താങ് പാർട്ടിയായിരുന്നു. എന്നാൽ വളർന്നുവന്നിരുന്ന കർഷകത്തൊഴിലാളി മുന്നേറ്റം ഈ ഭൂപ്രഭുത്വ-സാമ്രാജ്യത്വ പാർട്ടിയെ ചൈനക്കാരിൽനിന്ന് ഒറ്റപ്പെടുത്തുകയുണ്ടായി. ഇത് 1929–1949 കാലത്ത് ചൈനയിൽ വൻ ആഭ്യന്തര സമരങ്ങൾക്ക് കാരണമായി. ജനങ്ങളും തൊഴിലാളികളും കർഷകരും മൗ സേ ദോങ് നേതൃത്വം കൊടുക്കുന്ന കമ്യൂണിസ്റ്റ് പാർട്ടിക്ക് പിന്തുണ നൽകി. ഇതിനെത്തുടർന്ന് 1949 –ൽ ചൈനീസ് വിപ്ലവമുണ്ടായതിനെത്തുടർന്ന് കുമിങ്താങ് പാർട്ടി അധികാരത്തിൽനിന്ന് പുറത്തായി.

ഇരുപതാം നൂറ്റാണ്ടിലെ പ്രധാന യുദ്ധങ്ങൾ

1904–05	–	റഷ്യ-ജപ്പാൻ യുദ്ധം
1912–13	–	ബാൾക്കൻ യുദ്ധം
1914–19	–	ഒന്നാം ലോകമഹായുദ്ധം
1919–21	–	ഐറിഷ് ആഭ്യന്തരയുദ്ധം
1936–39	–	സ്പാനിഷ് ആഭ്യന്തരയുദ്ധം
1937	–	ചൈന-ജപ്പാൻ യുദ്ധം
1939–45	–	രണ്ടാം ലോകമഹായുദ്ധം
1946–53	–	വിയറ്റ്നാം യുദ്ധം
1948–49	–	അറബ്-ഇസ്രായേൽ യുദ്ധം
1950–53	–	കൊറിയൻ യുദ്ധം
1962	–	ഇന്ത്യാ-ചൈന യുദ്ധം
1965	–	ഇന്ത്യാ-പാകിസ്ഥാൻ യുദ്ധം
1971	–	ഇന്ത്യാ-പാകിസ്ഥാൻ യുദ്ധം
1980–88	–	ഇറാൻ-ഇറാഖ് യുദ്ധം
1990–91	–	കുവൈറ്റ് യുദ്ധം

2

മഹായുദ്ധങ്ങൾക്കിടയ്ക്ക്...

ചരിത്രത്തിൽ നിരവധി യുദ്ധങ്ങളുണ്ടായിട്ടുണ്ടെങ്കിലും 1914–ൽ ആരംഭിച്ച ഒന്നാം ലോകമഹായുദ്ധമെന്നറിയപ്പെടുന്ന യുദ്ധവും 1939–ൽ ആരംഭിച്ച രണ്ടാം ലോകമഹായുദ്ധവും മനുഷ്യനാശത്തിന്റെയും സൈനിക-സാങ്കേതികവിദ്യയുടെ ഉപയോഗത്താലും നേരിട്ടും അല്ലാതെയും ഉണ്ടാക്കിയ ഫലങ്ങളാലും വേറിട്ടുനിൽക്കുന്നതായിരുന്നു. സാമ്രാജ്യത്വം കോളനികൾക്കുവേണ്ടി നടത്തിയ കിടമത്സരങ്ങളും ലോകകമ്പോളത്തിന്റെ ആധിപത്യം നേടിയെടുക്കുവാനുള്ള ശ്രമങ്ങളുമാണ് ലോകമഹായുദ്ധങ്ങളായി പരിണമിച്ചത്. മനുഷ്യജീവിതത്തെ പലവിധത്തിൽ സ്വാധീനിച്ച യുദ്ധങ്ങളായിരുന്നു ഇവ. മുങ്ങിക്കപ്പലുകളും അണുബോംബ് പ്രയോഗവും രാസവസ്തുക്കളും രോഗാണുപ്രചാരണവും തുടങ്ങി മുൻപെങ്ങുമില്ലാത്തവിധം പുതിയ യുദ്ധതന്ത്രങ്ങൾ ഉപയോഗിക്കപ്പെട്ടു. യുദ്ധവെറിയന്മാർ തൊഴിലാളികളെയും ദരിദ്രരാജ്യങ്ങളെയും ചൂഷണം ചെയ്യുകയും ലോകമാകമാനം സാമ്പത്തിക പ്രതിസന്ധി ഉണ്ടാക്കുകയും ചെയ്തു. ഹിരോഷിമ, നാഗസാക്കി, ഫാസിസം, ദാരിദ്ര്യം, പീഡനക്യാമ്പുകൾ തുടങ്ങിയ അപായസൂചനകൾക്ക് മധ്യത്തിൽ ആശാവഹമായ സോഷ്യലിസ്റ്റ്‌വിപ്ലവങ്ങൾ, സ്വാതന്ത്ര്യസമരങ്ങൾ, ചരിത്ര ഗവേഷണം, കമ്യൂണിസ്റ്റ് മുന്നേറ്റങ്ങൾ, അന്താരാഷ്ട്ര ഗവണ്മെന്റ്, രോഗപ്രതിരോധ ഔഷധങ്ങൾ, സാങ്കേതികവിദ്യ, വോട്ടവകാശം തുടങ്ങിയ സംഭവങ്ങളും അരങ്ങേറുകയുണ്ടായി. ഇക്കാലത്തെ ചരിത്രത്തെ ചലനാത്മകമാക്കി മാറ്റിയ സംഭവങ്ങൾ താഴെ വിവരിക്കുന്നവയാണ്.

ബ്ലാക്ക് ഹാൻഡ് (Black Hand): 1914

സെർബിയയിൽ പ്രവർത്തിച്ചിരുന്ന രഹസ്യ സംഘടനയായ ബ്ലാക്ക് ഹാൻഡ് ബോസ്നിയൻ ചെറുപ്പക്കാരിൽ ആസ്ട്രിയൻ വിരോധം കുത്തിനിറച്ചു. ആയുധപരിശീലനം വരെ നൽകിയിരുന്ന ഈ സംഘടനയുടെ പ്രവർത്തനഫലമായാണ് ആസ്ട്രിയയുടെ ആർച്ച് ഡ്യൂക്ക് ഫ്രാൻസിസ് ഫെർഡിനാന്റിനെ വധിക്കുന്നതിനിടയാക്കിയത്. ബോസ്നിയയുടെ പങ്കാളിത്തത്തോടെ നടന്ന ഈ വധം ഒന്നാം ലോകമഹായുദ്ധം തുടങ്ങുന്നതിന് കാരണമായി.

അയർലൻഡിലെ ഈസ്റ്റർ കലാപം: 1916

1916 ഏപ്രിൽ 24–ന് ബ്രിട്ടീഷ് മേധാവിത്വത്തിനെതിരെ അയർലൻഡിൽ കലാപം തുടങ്ങി. പാട്രിക് പിയേഴ്സ് (Patrick Pearse), ജെയിംസ് കൊണോലി (James Connolly) എന്നിവരായിരുന്നു കലാപത്തിന് നേതൃത്വം നൽകിയത്. ഡബ്ലിൻ (Dublin) കേന്ദ്രമായാണ് കലാപം നടന്നത്. ജർമൻ സേനയുമായി ബന്ധപ്പെട്ടുവെന്ന ആരോപണത്തെത്തുടർന്ന് കലാപത്തിന്റെ മുഖ്യ ആസൂത്രകനായിരുന്ന റോജർ കേസ്മെന്റിനെ (Roger Casement) ബ്രിട്ടീഷ് പട്ടാളം വധിക്കുകയുണ്ടായി. ഇതുകൂടാതെ പിയേഴ്സ്, കൊണോലി എന്നിവരും ഡബ്ലിനിൽ വച്ച് വധിക്കപ്പെട്ടു. എന്നാൽ ഇവരെല്ലാം ഐറിഷ് സ്വാതന്ത്ര്യസമരത്തിന് കരുത്തുപകർന്ന രക്തസാക്ഷികളായി. 1919 ജനുവരി 21–ന് അയർലൻഡ് സായുധപോരാട്ടത്തിലൂടെ സ്വതന്ത്രമായി. ഇന്ത്യയടക്കമുള്ള ബ്രിട്ടീഷ് കോളനികളിലെ വിമോചന പോരാട്ടങ്ങൾക്ക് ശക്തി പകർന്നത് അയർലൻഡിന്റെ ബ്രിട്ടീഷ് വിരുദ്ധ മുന്നേറ്റങ്ങളാണ്.

ഇന്ത്യൻ തുണിമില്ലുകളിൽ പണിമുടക്ക്: 1917

1917 മാർച്ച് 12–ന് അഹമ്മദാബാദിലെ തുണിമില്ലുകളിലെ തൊഴിലാളികൾ ബോണസ് വെട്ടിക്കുറച്ചതിനെതിരെ പണിമുടക്ക് നടത്തി. എം കെ ഗാന്ധിയുടെ ആഹ്വാനമാണ് തൊഴിലാളികൾക്ക് ഈ ഊർജം പകർന്നത്. മാർച്ച് 15–ന് ഗാന്ധി തന്നെ സമരരംഗത്തിറങ്ങി. തൊഴിലുടമ നൽകിയ ഉറപ്പിനെത്തുടർന്ന് മാർച്ച് 18–നാണ് ആയിരക്കണക്കിന് തൊഴിലാളികൾ പങ്കെടുത്ത ഈ പണിമുടക്ക് അവസാനിച്ചത്.

റഷ്യയിലെ ഒക്ടോബർ വിപ്ലവം: 1917

അലക്സാണ്ടർ കറൻസ്കിയുടെ ഗവണ്മെന്റിനെ സ്ഥാനഭ്രഷ്ടമാക്കി റഷ്യയിലെ ബോൾഷെവിക്കുകൾ അധികാരം പിടിച്ച സംഭവമാണ് മഹത്തായ ബോൾഷെവിക് വിപ്ലവം. 1917–ൽ നടന്ന ഈ തൊഴിലാളി വിപ്ലവത്തിന് ഇരുപതാം നൂറ്റാണ്ടിന്റെ ചരിത്രത്തിന്റെ ഗതി മാറ്റുവാൻ

ലെനിൻ

സാധിച്ചു. ഉക്രെയ്ൻ, പെട്രോഗ്രാഡ്, മോസ്കോ എന്നീ നഗരങ്ങളും വിന്റർ പാലസും തൊഴിലാളികളുടെ നിയന്ത്രണത്തിലായി. 1918 മാർച്ച് 3-ന് ബ്രസ്റ്റ് ലിറ്റോവസ്ക് (Brest Litovsk) സന്ധിപ്രകാരം സാമ്രാജ്യത്വ യുദ്ധമായ ലോകമഹായുദ്ധത്തിൽനിന്ന് റഷ്യ പിന്മാറി. ഇതിനെത്തുടർന്ന് രാജ്യത്തെ സമ്പത്ത് മുഴുവൻ പൊതുനിയന്ത്രണത്തിലാക്കുകയും മതവും രാഷ്ട്രീയവും വേർതിരിക്കുകയും ചെയ്തു. സ്വകാര്യസ്വത്ത് നിയന്ത്രിക്കുന്നതിനൊപ്പം സ്ത്രീകൾക്ക് തുല്യപദവി ഉറപ്പാക്കിക്കൊണ്ട് റഷ്യ ലോകത്തിൽ പുതിയ കാലഘട്ടത്തിന് തുടക്കമിട്ടു. ഈ പ്രവർത്തനങ്ങൾക്ക് ലെനിനും മാർക്സിസവുമാണ് മാർഗദർശികളായത്.

സാമ്രാജ്യത്വം, മുതലാളിത്തത്തിന്റെ ഉയർന്ന ഘട്ടം: 1917

ഒന്നാം ലോകമഹായുദ്ധം ആരംഭിച്ചപ്പോൾ അതിനെ മാർക്സിസ്റ്റ് വിശകലനത്തിലൂടെ സാമ്രാജ്യത്വ പോരാട്ടമാണെന്ന് സ്ഥാപിക്കാൻ ലെനിന് സാധിച്ചു. 1917-ൽ അദ്ദേഹമെഴുതിയ *സാമ്രാജ്യത്വം: മുതലാളിത്തത്തിന്റെ ഉയർന്ന ഘട്ടം (Imperialism the Highest Stage of Capitalism)* എന്ന ഗ്രന്ഥം ഇതിനായി ഉപയോഗപ്പെടുത്തി. ജെ എ ഹോബ്സൺ എഴുതിയ *സാമ്രാജ്യത്വം ഒരു പഠനം (Imperialism A Study,* 1902) എന്ന ഗ്രന്ഥത്തിന്റെ കൂടി ചുവടുപിടിച്ച് അന്യദേശങ്ങളിലെ ജനങ്ങളെ ചൂഷണം ചെയ്യാൻ മുതലാളിത്തം നടത്തുന്ന ശ്രമങ്ങളുടെ ഫലമായാണ് സാമ്രാജ്യത്വ പോരാട്ടം അഥവാ ലോകമഹായുദ്ധങ്ങൾ ഉണ്ടാവുന്നതെന്ന് ലെനിൻ വാദിച്ചു. ബ്രിട്ടനും ജർമനിയും ലോകകമ്പോളം പിടിച്ചെടുക്കാനും, കോളനികൾ സ്ഥാപിച്ച് ചൂഷണം അന്താരാഷ്ട്ര തലത്തിലേക്ക് വ്യാപിപ്പിക്കുവാനും ശ്രമിച്ചതിന്റെ ഫലമായാണ് ഒന്നാം ലോകമഹായുദ്ധം ആരംഭിച്ചത്.

ജർമൻ വിപ്ലവം: 1918

ജർമനിയിലെ കീൽ (Kiel) നേവൽ ബേസിൽ 1918-ൽ നാവിക തൊഴിലാളികൾ കലാപം തുടങ്ങിയതോടെ ജർമനിയിൽ വിപ്ലവസമരങ്ങൾ അരങ്ങേറി. യുദ്ധക്കൊതിയന്മാരായ ഭരണാധികാരികളിൽനിന്ന് ജനങ്ങളെ സംരക്ഷിക്കുവാനാണ് ഇടതുപക്ഷ ആശയത്തിന്റെ പിൻബലത്തിൽ തൊഴിലാളിവിപ്ലവം ആരംഭിച്ചത്. പട്ടാളക്കാരും വ്യവസായ തൊഴി

ലാളികളും റഷ്യൻ മാതൃകയുടെ അടിസ്ഥാനത്തിൽ വിപ്ലവത്തിൽ പങ്കു ചേർന്നു. വില്യം രാജാവ് അധികാരമൊഴിഞ്ഞ് നാടുവിട്ടതിനെത്തുടർന്ന് സോഷ്യൽ ഡമോക്രാറ്റ് ആയിരുന്ന ഫ്രഡറിക് എബർട്ട് (Friedrich Ebert) ഭരണാധികാരിയായി. ഇടതുപക്ഷ സംഘമായ ഫ്രീകോർപ്സിനെ (Freikorps) അധികാരത്തിൽനിന്ന് അകറ്റുവാൻ ഇദ്ദേഹത്തിന് സാധിച്ചു. 1919 ജനുവരി 5–ന് ബർലിനിൽ (Berlin) നടന്ന വിപ്ലവകലാപത്തെ അടിച്ചൊതുക്കുവാൻ സോഷ്യൽ ഡമോക്രാറ്റുകൾ ശ്രമിച്ചതിന്റെ ഫലമായി എബർട്ടിന്റെ നേതൃത്വത്തിൽ 'വെയ്മാർ റിപ്പബ്ലിക്' (Weimar Republic) സ്ഥാപിതമായി. 1933–ൽ ഹിറ്റ്ലറിന്റെ നേതൃത്വത്തിൽ തേഡ്റിഷ് (Third Reich) സ്ഥാപിക്കുന്നതുവരെ വെയ്മാർ റിപ്പബ്ലിക് (Weimar Republic) നിലനിന്നു.

ജാലിയൻ വാലാബാഗ് കൂട്ടക്കുരുതി: 1919

1919 ഏപ്രിൽ 13–ന് ഇന്ത്യയിലെ ബ്രിട്ടീഷ് ഭരണാധികാരികൾ പഞ്ചാബിലെ അമൃത്സറിൽ വച്ച് 379–ൽ അധികം പേരെ വെടിവച്ചു കൊല്ലു

ജാലിയൻ വാലാബാഗ് കൂട്ടക്കുരുതി

കയുണ്ടായി. ജാലിയൻ വാലാബാഗിൽ സമാധാനപരമായി യോഗം ചേർന്നുകൊണ്ടിരുന്ന സ്വാതന്ത്ര്യസമരപ്പോരാളികളായിരുന്നു ഇവർ. 1200 പേർക്ക് ഗുരുതരമായി പരിക്കേൽക്കുകകൂടി ചെയ്ത ഈ ദാരുണ സംഭവത്തിന് പട്ടാളമേധാവിയായിരുന്ന ജനറൽ റജിനാൾഡ് ഡയർ (General Reginold Dyer) ആയിരുന്നു ഉത്തരവാദി. ഒരു പ്രവേശനകവാടം മാത്രമുണ്ടായിരുന്ന ഈ മൈതാനത്ത് ഏകദേശം 20,000 പേർ സമ്മേളനത്തിനെത്തിയിരുന്നു. ഈ സംഭവത്തെത്തുടർന്ന് ധാരാളം കിരാതനി

യമങ്ങൾ പ്രഖ്യാപിച്ച് ബ്രിട്ടീഷ് പട്ടാളത്തിന്റെ മർദനം വ്യാപകമാക്കി. ഇന്ത്യൻ സ്വാതന്ത്ര്യ പോരാട്ട ചരിത്രത്തിലെ നിർണായക സംഭവമായിരുന്നു ഈ മനുഷ്യക്കുരുതി.

മെയ് 4 പ്രക്ഷോഭം: മെയ് 4, 1919

ഒന്നാം ലോകയുദ്ധം അവസാനിച്ചതിനെത്തുടർന്നുണ്ടായ വേഴ്സെയിൽസ് (Versailles) സന്ധിപ്രകാരം ജപ്പാന്റെ താൽപ്പര്യങ്ങൾ സംരക്ഷിക്കപ്പെട്ടു എന്ന ആക്ഷേപം ഉന്നയിച്ച് ചൈനയിലെ വിദ്യാർഥികൾ നടത്തിയ മുന്നേറ്റമാണ് മെയ് ഫോർത്ത് മൂവ്മെന്റ് പ്രക്ഷോഭത്തിന്റെ ഭാഗമായി വിദ്യാർഥികൾ തെരുവിലിറങ്ങുകയും സമരവും ബഹിഷ്കരണവും മറ്റുമായി ജപ്പാൻ അധിനിവേശങ്ങളെ എതിർക്കുകയും ചെയ്തു. ചൈനയിലെ ദേശീയമുന്നേറ്റത്തിന് കരുത്തു പകർന്നത് ഈ വിദ്യാർഥി സമരമാണ്. പിൽക്കാലത്ത് കമ്യൂണിസ്റ്റ് പ്രസ്ഥാനത്തിന് ഉശിരൻ പ്രവർത്തകരെ സംഭാവന ചെയ്തതും ഈ പ്രക്ഷോഭമായിരുന്നു.

ഹാരപ്പ (Harappa) സംസ്കാരം കണ്ടെത്തുന്നു: 1920

ഇന്ത്യൻ സംസ്കാരത്തിന്റെ ആദ്യകാല രൂപമായ സിന്ധുനദീതട സംസ്കാരം അഥവാ ഹാരപ്പൻ സംസ്കാരം ലോകമറിയുന്നത് 1920-ലാണ്. ബ്രിട്ടീഷ് പുരാവസ്തു ഗവേഷകനായ മോർടിമർ വീലർ (Mortimer Wheeler) നയിച്ച സംഘമാണ് ഈ പുരാതന നഗരങ്ങളെക്കുറിച്ചുള്ള പഠനം തയാറാക്കിയത്. ഹാരപ്പാ, മോഹൻജദാരോ എന്നീ നഗരങ്ങൾ ഈ അന്വേഷണത്തിൽ ചരിത്രപഠനലോകത്ത് അടയാളപ്പെടുത്തപ്പെട്ടു. ഈ കണ്ടെത്തൽ ഇന്ത്യയിലെ ഭാവി സാമൂഹിക രാഷ്ട്രീയ മണ്ഡലത്തിൽ വൻ ചലനങ്ങൾ ഉണ്ടാക്കി. ആര്യ-ബ്രാഹ്മണ

ഹാരപ്പൻ നാഗരികത

മേൽക്കോയ്മ സ്ഥാപിതമാക്കുന്നതിന് മുൻപുതന്നെ ഇന്ത്യ ജനജീവിതത്തിൽ ഏറെ മുന്നേറ്റം നേടിയിരുന്നു എന്ന കണ്ടെത്തലാണ് ഈ വഴിത്തിരിവുണ്ടാക്കിയത്.

ചൈനീസ് കമ്യൂണിസ്റ്റ് പാർട്ടി: 1920

കമ്യൂണിസ്റ്റ് പാർട്ടി ഓഫ് ചൈന (CCP) നിലവിൽവന്നത് 1920 മെയ്മാസത്തിലാണ്. ചെൻ തു ഹ്സ്യു (Chen Tu Hsiu), ലി താ ചാവോ (Li Ta Chao) എന്നിവരായിരുന്നു ആദ്യകാല സംഘാടകർ. പീക്കിങ് യൂണിവേഴ്സിറ്റി ലൈബ്രേറിയന്മാരായിരുന്നു ഇരുവരും. 1921 ജൂലായിൽ നടന്ന ഒന്നാം കോൺഗ്രസിൽ മൗ സേ ദോങ്ങും പങ്കെടുത്തിരുന്നു. ചെൻ തു ഹ്സ്യു ആദ്യ പാർട്ടി ചെയർമാൻ ആയി തെരഞ്ഞെടുക്കപ്പെട്ടു. 1949–ൽ ചൈനീസ് കമ്യൂണിസ്റ്റ് പാർട്ടി അധികാരം പിടിച്ചെടുത്തു.

അമേരിക്കയിലെ കമ്യൂണിസ്റ്റ് പാർട്ടി: 1920

സോഷ്യലിസ്റ്റ് പാർട്ടികളിൽനിന്ന് വിഘടിച്ച് നിന്നിരുന്ന അമേരിക്കൻ കമ്യൂണിസ്റ്റ് പാർട്ടിക്കാർ 1920–ൽ വില്യം ഫോസ്റ്ററുടെ (William Foster) നേതൃത്വത്തിൽ ഏകീകരിക്കപ്പെട്ടു. 1930 ആയപ്പോൾ ഏകദേശം ഒരുലക്ഷം വരുന്ന അംഗങ്ങൾ അമേരിക്കൻ കമ്യൂണിസ്റ്റ് പാർട്ടിയിൽ ഉണ്ടായിരുന്നു. ഫാസിസ്റ്റ് വിരുദ്ധർ, തൊഴിലാളി സംഘടനാപ്രവർത്തകർ, ബുദ്ധിജീവികൾ തുടങ്ങിയവർ ഇക്കൂട്ടത്തിലുണ്ടായിരുന്നു. രണ്ടാം ലോകമഹായുദ്ധകാലത്തെയും ശീതയുദ്ധകാലത്തെ പീഡനങ്ങളെയും അതിജീവിക്കാൻ അമേരിക്കയിലെ കമ്യൂണിസ്റ്റ് പാർട്ടി പ്രവർത്തകർക്ക് കനത്ത വില നൽകേണ്ടിവന്നു.

മുസ്തഫ കമാലും തുർക്കി വിപ്ലവവും: 1920

ഒന്നാം ലോകമഹായുദ്ധത്തെത്തുടർന്ന് അപമാനിതരായ തുർക്കി ജനതയെ വിപ്ലവസജ്ജരാക്കിയത് 'തുർക്കികളുടെ പിതാവ്' അഥവാ അറ്റാറ്റർക്ക് (Ataturk) എന്നറിയപ്പെട്ട മുസ്തഫ കമാൽ (Mustapha Kamal, 1881–1938) ആയിരുന്നു. ഓട്ടോമൻ ഭരണാധികാരികളെ പുറത്താക്കി അധികാരത്തിലെത്തിയ അറ്റാറ്റർക്ക് ഗ്രീക്ക് (Greek) സേനയുടെ അധിനിവേശത്തെ പ്രതിരോധിക്കുകയും ചെയ്തു. തുർക്കിരാഷ്ട്രത്തെ ആധുനികതയിലേക്ക് നയിച്ചതിൽ സുപ്രധാന നേതൃത്വം നൽകിയത് മുസ്തഫ കമാൽ ആയിരുന്നു. തുർക്കി ജനതയുടെ ദൈനംദിന ജീവിതത്തെ മതാന്ധതയിൽനിന്ന് മോചിപ്പിക്കുവാൻ ഈ ഏകാധിപതിക്ക് കഴിഞ്ഞു.

മുസ്തഫ കമാൽ

ലീഗ് ഓഫ് നേഷൻസ്: 1920–1946

ലോകസമാധാനത്തിനായി പ്രവർത്തിക്കുന്ന ഒരു അന്താരാഷ്ട്ര സംഘടനയെന്ന ആശയത്തിന് വളരെ പഴക്കമുണ്ട്. എന്നാൽ ഒന്നാം ലോകമഹായുദ്ധത്തിലുണ്ടായ വിപത്തുകളെത്തുടർന്ന് ശക്തമായ ഒരു സർവരാജ്യ സംഘടന എന്ന സ്വപ്നം ബലപ്പെട്ടു. അതിന്റെ അടിസ്ഥാനത്തിൽ യുദ്ധത്തിൽ വിജയിച്ച രാജ്യങ്ങൾക്ക് മേൽക്കൈ ഉള്ള ഒരു സംഘടന എന്ന നിലയ്ക്ക് പാരീസ് സമാധാന സന്ധിക്കുശേഷം 'ലീഗ് ഓഫ് നേഷൻസ്' നിലവിൽ വന്നു. അന്താരാഷ്ട്ര കോടതി, അന്താരാഷ്ട്ര തൊഴിൽ സംഘടന എന്നിവ ഈ സംവിധാനത്തിന്റെ പ്രത്യേകതകളായിരുന്നുവെങ്കിലും അമേരിക്ക, ബ്രിട്ടൻ എന്നീ രാജ്യങ്ങളുടെ നിയന്ത്രണത്തിലായിരുന്നു സംഘടനയുടെ പ്രവർത്തനം. തൽഫലമായി ജപ്പാൻ, ജർമനി, ഇറ്റലി എന്നീ രാജ്യങ്ങൾ സംഘടനയിൽ ചേരാൻ വിസമ്മതിക്കുകയോ രാജിവച്ച് പുറത്ത് പോകുകയോ ചെയ്തു. വിമർശനങ്ങൾ ഏറ്റുവാങ്ങിയ 'ലീഗ് ഓഫ് നേഷൻസി'ന്റെ പ്രവർത്തനത്തിലെ അപാകത രണ്ടാം ലോകമഹായുദ്ധത്തിലേക്ക് വഴിതെളിയിച്ചു.

മലബാറിലെ കർഷക ലഹള: 1921

സാമ്രാജ്യത്വത്തിനും ജന്മിത്തത്തിനുമെതിരെ മലബാറിലെ മാപ്പിള കർഷകർ കർഷകസമരം നയിച്ചത് 1921–ലാണ്. ഗാന്ധിജിയുടെയും ഖിലാഫത്ത് നേതാക്കന്മാരുടെയും ആശയങ്ങൾ നൽകിയ പ്രേരണയാണ് ചൂഷണങ്ങൾക്കെതിരെ പോരാടാൻ ഇവരെ പ്രേരിപ്പിച്ചത്. മലബാറിലെ തിരൂരങ്ങാടി, പൊന്നാനി, പൂക്കോട്ടൂർ, മഞ്ചേരി, പെരിന്തൽമണ്ണ, പാണ്ടിക്കാട്, തിരൂർ, കരുവാരക്കുണ്ട് എന്നിവയായിരുന്നു പ്രധാന കലാപകേന്ദ്രങ്ങൾ. ബ്രിട്ടീഷുകാർ മലബാർ സ്പെഷ്യൽ പൊലീസ്, ഗൂർഖാ റെജിമെന്റ് എന്നിവ ഉപയോഗിച്ച് ഈ കലാപത്തെ നിഷ്കരുണം അടിച്ചമർത്തി. 1921 നവംബർ 19–ന് പൊലീസ്, റയിൽവേ വാഗണിൽ കയറ്റിയ 1000 മാപ്പിള കർഷകരിൽ 70 പേരും ശ്വാസംമുട്ടി മരിച്ചു. വാഗൺ ദുരന്തമെന്ന ഈ സംഭവം ബ്രിട്ടീഷ് ഇന്ത്യാ ഭരണത്തിലെ കറുത്ത സംഭവമാണ്. ഇന്ത്യൻ സ്വാതന്ത്ര്യ പോരാട്ട ചരിത്രത്തിലെ സുപ്രധാന സംഭവമാണ് മലബാർ കലാപം.

ഇൻസുലിൻ (Insulin): 1922

ഡയബറ്റിക് രോഗങ്ങൾക്ക് ശാന്തി നൽകുന്ന ഇൻസുലിൻ ആധുനിക ജനറ്റിക് എഞ്ചിനീയറിങ്ങിന്റെ കണ്ടെത്തലാണ്. 1909–ലാണ് ഇൻസുലിൻ കണ്ടെത്തിയതെങ്കിലും 1921–ലാണ് കനേഡിയൻ ശാസ്ത്രജ്ഞനായ ഗ്രാന്റ് ബാന്റിങ് (Frederick Grant Banting), ചാൾസ് ബസ്റ്റ് (Charles Best) എന്നിവർ ഈ മരുന്നിനെ രൂപപ്പെടുത്തുന്നത്. 1922–ൽ

ഈ ഔഷധം രോഗികളിൽ പ്രയോഗിക്കുകയും ചെയ്തു. ബാന്റിങിന് 1923–ലെ നൊബേൽ സമ്മാനം ലഭിക്കുകയും ചെയ്തു. ഫ്രെഡറിക് സാങ്ങർ (Frederick Sanger) 1958–ൽ നൊബേൽ സമ്മാനത്തിനർഹ നായതും ഇൻസുലിൻ മരുന്നിന്റെ വികസനത്തിനായിരുന്നു. മനുഷ്യച രിത്രത്തിലെ സുപ്രധാന കണ്ടുപിടുത്തങ്ങളിലൊന്നായിരുന്നു ഇൻസു ലിൻ.

പാശ്ചാത്യലോകത്തിന്റെ അധഃപതനം: 1922

1922–ൽ ഓസ്‌വേൾഡ് സ്പെംഗ്ളർ (Oswald Spengler) *Decline of the West* എന്ന ഗ്രന്ഥം പ്രസിദ്ധീകരിച്ചു. ജനാധിപത്യത്തിന്റെ തണ ലിൽ യൂറോപ്പിന് വളരാൻ സാധിക്കില്ലെന്നും, ഏകാധിപത്യം ആവശ്യ മാണെന്നുമായിരുന്നു ഈ വാദത്തിന്റെ പൊരുൾ. ജർമനിയിലെ 'വെയ്മാർ റിപ്പബ്ലിക്' (Weimar Republic) അവസാനിക്കുന്നതിനും ആ സ്ഥാനത്ത് ഏകാധിപത്യം വളരുന്നതിനും ഈ നിരീക്ഷണം സഹായകമായി. ജർമൻ ഫാസിസത്തിന് സഹായകരമായ നിലപാടാണ് സ്പെംഗ്ളറുടെ വാദം കൈക്കൊണ്ടത്.

മൊറോക്കോയിലെ അന്വാൽ യുദ്ധം (Battle of Anual): 1922

മൊറോക്കോയിലെ സ്പാനിഷ് മേധാവിത്വത്തെ തകർത്ത അന്വാൽ യുദ്ധം 1921–26 കാലഘട്ടത്തിലാണ് നടന്നത്. അബ്ദുൾ കരീമിന്റെ (Abd el-Karim, 1892–1963) നേതൃത്വത്തിലാണ് റിഫ് റിപ്പബ്ലിക്കിന്റെ സ്ഥാപ നത്തിലേക്ക് നയിച്ച ഈ ചെറുത്തുനിൽപ്പ് ഉണ്ടായത്. കരീം 1926–ൽ തോൽപ്പിക്കപ്പെട്ടുവെങ്കിലും, ഫ്രഞ്ച്–സ്പാനിഷ് സാമ്രാജ്യത്വത്തെ എതി രിട്ട ശക്തനായ ആഫ്രിക്കൻ നേതാവായിരുന്നു ഇദ്ദേഹം. ആഫ്രിക്കൻ കോളനിവൽക്കരണത്തെ എതിർത്ത ഇദ്ദേഹം കെയ്റോവിൽ അഭയം തേടുകയാണ് ഉണ്ടായത്.

ഫ്രിഡ്ജിന്റെ ആഗമനം: 1923

1902–ൽ വില്ലിസ് എച്ച് കാരിയർ ശീതീകരണ സംവിധാനം വിക സിപ്പിച്ചിരുന്നു. എന്നാൽ വീടുകളിൽ ഉപയോഗിക്കാവുന്ന ഫ്രിഡ്ജ് കണ്ടെത്തിയത് അമേരിക്കയിലെ ജനറൽ മോട്ടോഴ്സ് കമ്പനിയുടെ വിഭാ ഗമായ ഫ്രിജിഡെയർ ആണ്. സാധനങ്ങൾ കേടുവരാതെ സൂക്ഷിക്കു വാനുള്ള സംവിധാനമുള്ള ഒതുക്കമുള്ള മെഷീൻ ആയിട്ടാണ് ഫ്രിഡ്ജ് രംഗപ്രവേശം ചെയ്തത്. ഈ യന്ത്രത്തിന്റെ പേര് 'ഫ്രിജിഡെയർ' എന്നായി.

ലെനിന്റെ സംഭാവന: 1924

1924–ൽ നിര്യാതനായ വി ഐ ലെനിൻ (Vladimir Illich Ulyanov, 1870–1924) ലോക തൊഴിലാളിവർഗത്തിന്റെ എക്കാലത്തെയും വഴികാ

ട്ടിയാണ്. 1917–ലെ റഷ്യൻ ബോൾഷെവിക് വിപ്ലവത്തിന്റെ സൂത്രധാരൻ ലെനിനായിരുന്നു. സാമ്രാജ്യത്വ, ഭൂപ്രഭുത്വ ശക്തികളിൽനിന്ന് റഷ്യയെ മോചിപ്പിക്കുകയും പടിപടിയായി ലോകത്തിലെ മികച്ച രാഷ്ട്രങ്ങളിലൊന്നാക്കുകയും ചെയ്തത് ലെനിന്റെ മികച്ച സംഘടനാപാടവവും ഭരണ നൈപുണ്യവുമായിരുന്നു. ലോകത്തിലെ കോളനിവൽക്കരിക്കപ്പെട്ട ജനതയ്ക്ക് പിന്തുണ നൽകിയതുവഴി ലോകത്തിലെ സ്വാതന്ത്ര്യസമര പോരാട്ടങ്ങൾക്കും ലെനിൻ മാർഗദർശിയായി. ലോകകമ്യൂണിസ്റ്റ് മുന്നേറ്റത്തിന് ഇതുവഴി അടിത്തറ പാകാൻ ഇദ്ദേഹത്തിനായി. 1887–ൽ ലെനിന്റെ സഹോദരൻ അലക്സാണ്ടർ ഇല്യാനോവ് സാർ ചക്രവർത്തിയെ വധിക്കാൻ ശ്രമിച്ചു എന്ന പേരിൽ വധശിക്ഷയ്ക്ക് വിധേയനായിരുന്നു. 1895–ൽ റഷ്യൻ സോഷ്യൽ ഡമോക്രാറ്റിക് പാർട്ടിയിലൂടെ ലെനിൻ മാർക്സിസ്റ്റ് സഹയാത്രികനായി. ജയിലറകളിലും സൈബീരിയൻ ക്യാമ്പുകളിലും ശിക്ഷിക്കപ്പെട്ട് ജീവിക്കുന്ന നാളുകളിൽ റഷ്യൻ വിപ്ലവത്തിന്റെ അടിസ്ഥാന ആശയങ്ങൾ വികസിപ്പിച്ചെടുക്കുന്ന നിരവധി ഗ്രന്ഥങ്ങൾ ലെനിൻ രചിച്ചു. ലോകമഹായുദ്ധങ്ങളെ മുതലാളിത്ത പോരാട്ടങ്ങളായി വിശേഷിപ്പിച്ച ലെനിൻ സാമ്രാജ്യത്വ ശക്തികൾക്ക് ഭീഷണിയായി. പഞ്ചവത്സര പദ്ധതിയും പുത്തൻ സാമ്പത്തികനയങ്ങളും, ഭൂപ്രഭുക്കളുടെ കീഴിലായിരുന്ന റഷ്യയെ വികസിത രാജ്യമാക്കുന്നതിന് കാരണമായി.

ക്വാണ്ടം മുന്നേറ്റം: 1925

ജർമനിയിലെ വെർണർ ഹൈസൻബർഗ് ക്വാണ്ടം മെക്കാനിക്സ് എന്ന സങ്കൽപ്പം മുന്നോട്ടുവച്ചു. പ്രകാശകണികകളുടെ ഊർജനിലകളിലുണ്ടാകുന്ന വ്യതിയാനങ്ങളെ 'ക്വാണ്ടം വ്യതിയാനങ്ങൾ' എന്നാണ് ഈ ശാസ്ത്രജ്ഞൻ രേഖപ്പെടുത്തിയത്. പ്രകാശത്തിന്റെ സ്വഭാവത്തെ സംബന്ധിച്ച ഈ പുതിയ സിദ്ധാന്തം ഏറെ ചർച്ചകൾക്ക് കാരണമായി. 'വേവ് മെക്കാനിക്സ്' എന്ന പുതിയ സങ്കൽപ്പവും ഇക്കാലത്തുണ്ടായി.

ടെലിവിഷൻ പിറക്കുന്നു: 1925

1925 ഒക്ടോബർ 2–ന് സ്കോട്ടിഷ് ശാസ്ത്രജ്ഞനായ ജോൺ ലോഗി ബെയേർഡ് ചലിക്കുന്ന പ്രതിബിംബങ്ങളെ അകലെയുള്ള ഒരു സ്ക്രീനിലേക്ക് സംപ്രേഷണം ചെയ്തതോടെ കമ്പിയില്ലാക്കമ്പി എന്ന ആശയം പ്രായോഗികമായി. പ്രകാശരശ്മിയുടെ സഹായത്താൽ പ്രവർത്തിക്കുന്ന ക്യാമറ, വസ്തുവിന്റെ നിഴലും വെളിച്ചവും വൈദ്യുത തരംഗങ്ങളാക്കി മാറ്റുന്ന ഫോട്ടോ ഇലക്ട്രിക് ബാറ്ററി, വൈദ്യുത തരംഗങ്ങളെ നിഴലും വെളിച്ചവുമാക്കുന്ന റിസീവർ, വെളുത്ത തുണികൊണ്ട് നിർമിച്ച വലിയൊരു സ്ക്രീൻ എന്നിവയായിരുന്നു ബെയേർഡിന്റെ ഉപ

കരണങ്ങൾ. വില്യം ടേന്റൺ എന്ന വ്യക്തിയുടെ ചിത്രമാണ് ആദ്യമായി ടെലിവിഷനിൽ പകർത്തിയത്. 1927-ൽ വ്ളാഡിമർ കോസ്മ സ്വേറികിനും ഫിലോടിഫാംസ്‌വർത്ത് എന്നയാളും സ്വതന്ത്ര ഇലക്ട്രോണിക് പിക്ചർ ട്യൂബ് വികസിപ്പിച്ചെടുത്തു. ഇതോടെ ടെലിവിഷൻ യാഥാർഥ്യമായി.

പിൽക്കാല വളർച്ച

1929: ബി ബി സി ബയേർഡിന്റെ സമ്പ്രദായം ഉപയോഗിച്ച് ടി വി സംപ്രേഷണം തുടങ്ങി.

1931: അലൻബാൽ കോംഡുമോണ്ട് ചെലവ് കുറഞ്ഞ കാഥോഡ് രശ്മി ട്യൂബ് നിർമിച്ചു.

1936: ബി ബി സി പതിവായി ടെലിവിഷൻ പ്രക്ഷേപണം ആരംഭിച്ചു.

1938: അലൻ ബാൽകോം ഡുമോണ്ട് പൂർണ ഇലക്ട്രോണിക് റിസീവർ വിൽപ്പനയ്ക്കെത്തിച്ചു.

1940: ന്യൂയോർക്കിൽനിന്ന് കളർ ടി വി സംപ്രേഷണം ആരംഭിച്ചു.

1956: ആദ്യത്തെ വീഡിയോ ടേപ്പ് റെക്കോർഡർ കണ്ടെത്തി.

1962: ഉപഗ്രഹം വഴി ടി വി സിഗ്നലുകൾ സംപ്രേഷണം തുടങ്ങി.

അനീമിയ: 1926

വില്യം മർഫി, ജോർജ് മിനോട് (William Murphy, George Minot) എന്നിവരുടെ ഗവേഷണഫലമായി 1926-ൽ അനീമിയ എന്ന രോഗത്തെ കണ്ടെത്തുകയുണ്ടായി. ചുവന്ന രക്താണുക്കളുടെ കുറവ് നിമിത്തം സംഭവിക്കുന്ന ഈ രോഗം ഇന്ന് ശാസ്ത്രലോകത്തിന്റെ നിയന്ത്രണത്തിലായിരിക്കുന്നു. പ്രസ്തുത കണ്ടെത്തലിന് ഈ രണ്ടു ശാസ്ത്രജ്ഞർക്കും 1934-ൽ നൊബേൽ സമ്മാനം ലഭിക്കുകയുണ്ടായി.

ബ്രിട്ടനിലെ തൊഴിലാളി പണിമുടക്ക്: മെയ് 4-12, 1926

ബ്രിട്ടീഷ് ട്രേഡ് യൂണിയൻ കോൺഗ്രസിന്റെ നേതൃത്വത്തിൽ ഖനിത്തൊഴിലാളി സമരത്തിന് അനുഭാവം പ്രകടിപ്പിച്ച് 1926 മെയ് 4 മുതൽ 12 വരെ ബ്രിട്ടനിൽ ലോകശ്രദ്ധ പിടിച്ചുപറ്റിയ പണിമുടക്ക് സമരം നടന്നു. തൊഴിൽ സമയം ദീർഘിപ്പിക്കുന്നതിനും, കുറഞ്ഞ വേതനത്തിനും എതിരായിട്ടായിരുന്നു ഈ സമരം. ഒമ്പത് ദിവസം നീണ്ടുനിന്ന ഈ സമരത്തെ നേരിടാൻ ബ്രിട്ടീഷ് ഗവണ്മെന്റ് നിലവിലുള്ള സൈന്യത്തെയും താൽക്കാലികമായി റിക്രൂട്ട് ചെയ്ത പട്ടാളക്കാരെയും ഉപയോഗിച്ചു. ജനജീവിതം താറുമാറാക്കിയ ഈ സമരത്തെ സർക്കാർ അടിച്ചൊതുക്കാൻ ശ്രമിച്ചുവെങ്കിലും ഖനിത്തൊഴിലാളികളുടെ സമരം തുടരുകയാണുണ്ടായത്.

പീക്കിങ് മനുഷ്യൻ: 1927

ഹോമോ ഇറക്ടസ്

ചരിത്രാതീതകാലത്തെ ആദിമ മനുഷ്യന്റെ തെളിവുകൾ 1927-ൽ ചൈനയിലെ പീക്കിങ്ങിൽനിന്ന് കണ്ടെത്തി. ബീജിങ്ങിനടുത്തുള്ള ചൗ കോട്ടീൻ (Choukoutien) ഗുഹയിൽനിന്നാണ് പീവാൻ ചുങ്ങ് (Pei Wen Chung) ഡേവിഡ് സൺ ബ്ലാക്ക് (Davidson Black) എന്നിവരുടെ നേതൃത്വത്തിലുള്ള ഗവേഷകർ പുരാതന മനുഷ്യന്റെ അവശിഷ്ടം കണ്ടെടുത്തത്. ഹോമോ ഇറക്ടസ് (Homo Erectus) വിഭാഗത്തിൽപ്പെട്ട ഈ പുരാതന മനുഷ്യർ അഞ്ചു ലക്ഷം വർഷങ്ങൾക്ക് മുമ്പാണ് ജീവിച്ചിരുന്നത്.

ചലച്ചിത്രകലയിലെ ശബ്ദവിപ്ലവം: 1927

1927 ഒക്ടോബർ 6-ന് വെള്ളിത്തിരയിൽനിന്ന് ആദ്യ ശബ്ദമുയർന്നു. വാർണർബ്രദേഴ്സ് നിർമിച്ച *ദ ജാസ് സിംഗറിൽ* അൽ ജോൺസൺ എന്ന നടൻ ഉരുവിട്ട 'വെയിറ്റ് എ മിനിട്ട്' (wait a minute) എന്ന ശബ്ദമാണ് ഈ വിപ്ലവത്തിന് തുടക്കമിട്ടത്. അത് നിശ്ശബ്ദചിത്രങ്ങൾക്ക് അന്ത്യം കുറിച്ചു. 1926-ൽ വാർണർ ബ്രദേഴ്സ് നിർമിച്ച *ഡോൺ ജുവാൻ* എന്ന ചലച്ചിത്രത്തിൽ സംഗീതവും ഉൾക്കൊള്ളിച്ചിരുന്നു.

ഇന്ത്യ സാമ്രാജ്യത്വത്തെ എതിർത്ത് പൂർണ സ്വാതന്ത്ര്യ പ്രമേയം പാസാക്കുന്നു: 1927

1927 ഡിസംബർ 26 മുതൽ 28 വരെ നടന്ന മദ്രാസിലെ ഇന്ത്യൻ നാഷണൽ കോൺഗ്രസിന്റെ സമ്മേളനത്തിൽ കോൺഗ്രസ് 'സാമ്രാജ്യത്വവാദ വിരോധസംഘ'ത്തിൽ (League Against Imperialism) അംഗമാകാൻ തീരുമാനിച്ചു. കേരളത്തിലെ പയ്യന്നൂരിൽ 1928 മെയ് 26-27ന് ജവാഹർലാൽ നെഹ്റുവിന്റെ അധ്യക്ഷതയിൽ കൂടിയ രാഷ്ട്രീയ സമ്മേളനവും ഇന്ത്യൻ സ്വാതന്ത്ര്യസമരത്തിന്റെ ലക്ഷ്യം സാമ്രാജ്യത്വത്തിന്റെ തോൽവിയും, ജനങ്ങളുടെ പൂർണസ്വാതന്ത്ര്യവുമാണെന്ന് ഊന്നിപ്പറഞ്ഞിരുന്നു. മദ്രാസ് സമ്മേളനം ചൈനയിലെ ജനകീയ മുന്നേറ്റങ്ങൾക്ക് പിന്തുണ പ്രഖ്യാപിച്ചു. സൈമൺ കമീഷനെ ബഹിഷ്കരിക്കുവാൻ ആഹ്വാനം ചെയ്ത ഈ സമ്മേളനം 'പൂർണ സ്വാതന്ത്ര്യമാണ്' ഇന്ത്യയിലെ സ്വാതന്ത്ര്യസമര പ്രസ്ഥാനത്തിന്റെ ലക്ഷ്യമെന്ന് സ്ഥാപിക്കുന്ന പ്രമേയം പാസാക്കി.

സ്ത്രീകൾക്ക് വോട്ടവകാശം ലഭിക്കുന്നു: 1928

സ്ത്രീവിമോചന പോരാട്ടത്തിലെ ആദ്യവിജയം രാഷ്ട്രീയ അവകാശം നേടിയെടുത്തതായിരുന്നു. ലോകത്തിലാദ്യം സ്ത്രീകൾക്ക് സമ്മതിദാനാവകാശം ലഭിക്കുന്നത് ഇംഗ്ലണ്ടിലാണ്. വൻ പ്രക്ഷോഭങ്ങളുടെ ഫലമായി 1920–ൽ അമേരിക്കയിലെ ഒരുവിഭാഗം സ്ത്രീകൾക്ക് ചില അവകാശങ്ങൾ സ്ഥാപിക്കുന്നതിന് പത്തൊമ്പതാം ഭരണഘടനാ പരിഷ്കാരം നടപ്പിലാക്കി. 1918–ൽ ബ്രിട്ടനിലെ 30 വയസ്സ് തികഞ്ഞ സ്ത്രീകൾക്കെല്ലാം വോട്ടവകാശം ലഭിച്ചു. 1928 ആയപ്പോൾ പ്രായപൂർത്തിയായ എല്ലാ സ്ത്രീകൾക്കും പുരുഷന്മാരുടെതിന് തുല്യമായി വോട്ടവകാശം കിട്ടി. എന്നാൽ ലോകത്തിലെ ഇതര രാജ്യങ്ങളിൽ ഈ അവകാശം സ്ഥാപിച്ചുകിട്ടുവാൻ ഏറെക്കാലം വീണ്ടും കഴിയേണ്ടിവന്നു.

ഇന്ത്യയിലെ റെയിൽവേ പണിമുടക്ക്: 1928

ദക്ഷിണേന്ത്യയിലെ റെയിൽവേ തൊഴിലാളികൾ 1928 ജൂലായ് മാസത്തിൽ പണിമുടക്ക് ആരംഭിച്ചു. നാഗപട്ടണം, തൃശ്ശിനാപ്പള്ളി, പോത്തന്നൂർ തുടങ്ങിയ സ്ഥലങ്ങളിലെ പിരിച്ചുവിടപ്പെട്ട വർക്ക്ഷോപ്പ് തൊഴിലാളികളെ തിരിച്ചെടുക്കുക, ലാസ്റ്റ് ഗ്രേഡ് തൊഴിലാളികളുടെ ശമ്പളം വർധിപ്പിക്കുക തുടങ്ങിയ ആവശ്യങ്ങൾ ഉന്നയിച്ചായിരുന്നു പണിമുടക്ക്. കേരളത്തിൽ വടകര, കണ്ണൂർ, തലശേരി, പാലക്കാട്, ഷൊർണൂർ എന്നിവിടങ്ങളിൽ സമരത്തിന് ശക്തമായ സ്വാധീനമുണ്ടായി.

പഞ്ചവത്സരപദ്ധതി: 1928

റഷ്യൻ വിപ്ലവത്തെത്തുടർന്ന് 1921–ൽ ലെനിൻ തന്റെ പുതിയ സാമ്പത്തിക നയം (NEP) പ്രഖ്യാപിച്ചു. ഇതിനെത്തുടർന്ന് അതേവർഷം സ്റ്റേറ്റ് പ്ലാനിങ് കമ്മിറ്റി അഥവാ ഗോസ്പ്ലാൻ (Gosplan) നിലവിൽവന്നു. ജോസഫ് സ്റ്റാലിന്റെ കൂടി പങ്കാളിത്തത്തോടെ റഷ്യയെ വ്യവസായവൽക്കരിക്കുക എന്ന ഉദ്ദേശ്യത്തോടെ ഒന്നാം പഞ്ചവത്സരപദ്ധതി 1928 –1932 കാലഘട്ടത്തിൽ റഷ്യയിൽ നടപ്പിലാക്കി. കമ്മിസാറിയേറ്റ് അഥവാ മന്ത്രിസഭകൾക്ക് കീഴിൽ പദ്ധതികൾ ഫലപ്രദമായി നടപ്പിലാക്കിയത് ലോകസാമ്പത്തികക്കുഴപ്പത്തിന്റെ കാലഘട്ടത്തിൽ റഷ്യയെ വികസനത്തിലേക്ക് നയിച്ചു. ഇക്കാലത്ത് റഷ്യൻ മാതൃക പലരാജ്യങ്ങളും അനുകരിക്കാൻ തുടങ്ങി. ഫ്രാൻസ്, സ്വീഡൻ, ബ്രിട്ടൻ, ബെൽജിയം, അയർലൻഡ്, നെതർലൻഡ്, ജർമനി എന്നീ രാജ്യങ്ങളിലെ ഇടതുപക്ഷ അനുകൂലികളുടെ സമ്മർദത്തെത്തുടർന്ന് പഞ്ചവത്സരപദ്ധതികളും, ഇടക്കാല പദ്ധതികളും സമ്പദ്വ്യവസ്ഥയിൽ നടപ്പിലാക്കപ്പെട്ടു. സ്വാതന്ത്ര്യത്തിനുശേഷം ഇന്ത്യയെ മുന്നോട്ടുനയിച്ചതും പഞ്ചവത്സര പദ്ധതികളായിരുന്നു.

ഹോക്കിയിൽ ഇന്ത്യക്ക് ഒളിമ്പിക് സ്വർണം: 1928

ആംസ്റ്റർഡാം ഒളിമ്പിക്സിൽ ഇന്ത്യ ആദ്യമായി ഹോക്കി സ്വർണം നേടി. ബ്രിട്ടീഷുകാർ ഇന്ത്യയിൽ പ്രചരിപ്പിച്ച ഹോക്കി ഇന്ത്യക്കാർ ഏറ്റെടുക്കുകയായിരുന്നു. ധ്യാൻചന്ദിന്റെ നേതൃത്വത്തിൽ ഹോളണ്ടിനെ ഫൈനൽ മത്സരത്തിൽ തകർത്തുകൊണ്ടാണ് ഇന്ത്യ സ്വർണം കരസ്ഥമാക്കിയത്. 'ഹോക്കി മാന്ത്രികൻ' എന്നാണ് ധ്യാൻചന്ദ് ഇതിനുശേഷം അറിയപ്പെട്ടത്. 1956–ലെ മെൽബൺ ഒളിമ്പിക്സ് വരെ ഇന്ത്യത്തുടർച്ചയായി ഹോക്കി സ്വർണം നേടി.

പെൻസിലിൻ: 1928

അലക്സാണ്ടർ ഫ്ളെമിങ്

രോഗങ്ങൾക്ക് ഹേതുവാകുന്ന ബാക്ടീരിയകളെ നശിപ്പിക്കുന്ന പെൻസിലിൻ 1928–ൽ അലക്സാണ്ടർ ഫ്ളെമിങ് (Alexander Fleming) കണ്ടെത്തി. 1939–ൽ റെനെ ഡുബോസ് (Rene Dubos) ഗ്രാമിസിഡിൻ, തൈറോസിഡിൻ (Gramicidin, tyrocidin) എന്നിവയും കണ്ടെത്തുകയുണ്ടായി. 1948 ആയപ്പോൾ ആന്റിബയോട്ടിക് ഔഷധങ്ങൾ ലഭ്യമായിത്തുടങ്ങി.

ആഗോള സാമ്പത്തിക തകർച്ച: 1929

ഒന്നാം ലോകമഹായുദ്ധത്തെത്തുടർന്ന് സാമ്രാജ്യത്വശക്തികൾ അടുത്ത പോരാട്ടത്തിനായി സമ്പത്ത് കേന്ദ്രീകരിക്കാൻ തുടങ്ങിയതും സാമ്പത്തിക സംവിധാനം തകർന്നതും ലോകത്തിലെ ജനജീവിതത്തെ ദാരിദ്ര്യത്തിലേക്കും അസമത്വത്തിലേക്കും നയിച്ചു. ലോകത്തിലെല്ലായിടത്തും ഇടതുപക്ഷ മുന്നേറ്റങ്ങൾ പ്രത്യക്ഷപ്പെട്ടതോടെ ഏകാധിപത്യശക്തികൾ അധികാരത്തിൽ പിടിമുറുക്കാൻ തുടങ്ങി. സ്റ്റോക്ക് മാർക്കറ്റുകളും ഇറക്കുമതി–കയറ്റുമതി മേഖലയും മുമ്പെങ്ങുമില്ലാത്തവിധം തകർന്നുവീണു. ഈ കാലത്ത് സാമ്പത്തിക വളർച്ച കൈവരിക്കാനായത് റഷ്യക്ക് മാത്രമായിരുന്നു. ഈ വിപത്തിൽ ഏഷ്യൻ, ആഫ്രിക്കൻ, ലാറ്റിനമേരിക്കൻ രാജ്യങ്ങൾ ഏറെ ദുരിതമനുഭവിക്കേണ്ടിവന്നു. ഈ രാജ്യങ്ങളിലെല്ലാം സ്വാതന്ത്ര്യ സമരങ്ങൾ ഊർജിതമായി. ഏകാധിപത്യ സംവിധാനങ്ങൾക്ക് ഈ തകർച്ചയെ നിയന്ത്രിക്കാനായെങ്കിലും അവ താൽക്കാലിക വിജയമായിരുന്നു എന്നുകാണാം. കർഷകത്തൊഴിലാളി മുന്നേറ്റങ്ങൾക്ക് കരുത്ത് ലഭിച്ച കാലമായിരുന്നു ഈ സാമ്പത്തിക തകർച്ചയുടെ കാലഘട്ടം.

സാമ്രാജ്യത്വ നിയമസഭയിൽ ബോംബ്: 1929

കമ്യൂണിസ്റ്റ് ആശയങ്ങൾ പ്രചരിപ്പിക്കുന്നതിനെതിരെ 'പൊതുരക്ഷാബിൽ' പാസാക്കാൻ ഇന്ത്യയിലെ കേന്ദ്ര നിയമസഭ ചർച്ച ചെയ്തുകൊണ്ടിരുന്ന സമയത്ത് സന്ദർശക ഗ്യാലറിയിൽനിന്ന് ഭഗത്സിങ്ങും ബട്കേശ്വർ ദത്തും സർക്കാർ ബഞ്ചിനുനേർക്ക് ബോംബെറിഞ്ഞു. ഏപ്രിൽ 8-ന് നടന്ന ഈ സംഭവം ഇന്ത്യയിലാകമാനം ദേശീയബോധത്തിൽ ആവേശക്കൊടുങ്കാറ്റ് ഉണ്ടാക്കി. 'ബധിര കർണങ്ങൾ തുറപ്പിക്കുക'യായിരുന്നു ബോംബ് പ്രയോഗത്തിന്റെ ലക്ഷ്യം. ലാഹോറിലെ ഹിന്ദുസ്ഥാൻ റിപ്പബ്ലിക്കൻ അസോസിയേഷൻ ആസ്ഥാനം പൊലീസ് വളയുകയും സുഖ്ദേവ്, കിഷോരിലാൽ എന്നിവരെ അറസ്റ്റ് ചെയ്യുകയും ചെയ്തു.

സി വി രാമൻ നൊബേൽ സമ്മാന ജേതാവ്: 1930

ഇന്ത്യൻ ഭൗതികശാസ്ത്രജ്ഞനായ ചന്ദ്രശേഖര വെങ്കട്ടരാമൻ നൊബേൽ സമ്മാന ജേതാവായത് 1930-ലാണ്. പ്രകാശ പ്രകീർണനത്തെക്കുറിച്ചുള്ള (രാമൻ പ്രഭാവം) കണ്ടെത്തലാണ് 'ഇന്ത്യൻ ജേർണൽ ഓഫ് ഫിസിക്സി'ന്റെ സ്ഥാപകനായ ഇദ്ദേഹത്തെ പ്രശസ്തനാക്കിയത്. പ്രകാശം വസ്തുവിലേക്ക് കടക്കുന്നതിന് മുമ്പുള്ള ഊർജവും പുറത്തുവന്നതിനു ശേഷമുള്ള ഊർജവും അറിയാമെങ്കിൽ വസ്തുവിലെ തന്മാത്രകൾ പിടിച്ചെടുത്ത ഊർജം എത്രയാണെന്ന് കണ്ടുപിടിക്കാം. ആ തന്മാത്രകളുടെ ഘടനയും മനസിലാക്കാം. ഇതാണ് പ്രസിദ്ധമായ 'രാമൻ പ്രഭാവം.'

സി വി രാമൻ

ഉപ്പുസത്യഗ്രഹം: 1930

1930 ഫെബ്രുവരി 14-16ന് ഗാന്ധിജിയുടെ നേതൃത്വത്തിൽ സബർമതി ആശ്രമത്തിൽനിന്ന് ദണ്ഡി കടപ്പുറത്തേക്ക് നടന്ന ദണ്ഡി മാർച്ചും ഉപ്പുനിയമ ലംഘനവും ലോകം കണ്ട സമരങ്ങളിൽനിന്ന് ഏറെ വ്യത്യസ്തമായിരുന്നു. സാമ്രാജ്യത്വ-കൊളോണിയൽ ഭരണം ഇന്ത്യയിലെ ഉപ്പിനുപോലും കനത്ത നികുതിയും നിർമാണ നിയന്ത്രണവും ഏർപ്പെടുത്തിയിരുന്നു. സാധാരണക്കാരെയും ഗ്രാമീണരെയും സാമ്രാജ്യത്വ വിരുദ്ധപോരാട്ടത്തിലേക്ക് ആകർഷിക്കാൻ ഗാന്ധിജി ഉപയോഗിച്ച

ദണ്ഡിയാത്ര

തന്ത്രമായിരുന്നു ഉപ്പ് നിയമലംഘനം. ഇതിന്റെ മാതൃകയിൽ കേരളത്തിൽ പയ്യന്നൂർ, കോഴിക്കോട്, തമിഴ്നാട്ടിലെ ദർശന (Darsana) എന്നിവിടങ്ങളിലും ഉപ്പ് നിയമലംഘനമുണ്ടായി. 1931-ലെ ഗാന്ധി-ഇർവിൻ സന്ധിക്ക് ശേഷമാണ് ഈ ജനകീയ സമരത്തിനറുതിയുണ്ടായത്.

കോമൺവെൽത്ത് സംഘടന: 1931

പഴയ ബ്രിട്ടീഷ് കോളനികളെ ഉൾക്കൊള്ളിച്ച് ബ്രിട്ടന്റെ നേതൃത്വത്തിൽ സ്വയംഭരണ രാഷ്ട്രങ്ങളുടെ ഒരു സംഘടന എന്ന നിലയ്ക്കാണ് 1931-ൽ ബ്രിട്ടീഷ് കോമൺവെൽത്ത് ഓഫ് നേഷൻസ് (British Common Wealth of Nations) നിലവിൽ വന്നത്. ആഫ്രിക്കയിലെ ഓറഞ്ച് ഫ്രീ സ്റ്റേറ്റ്, ട്രാൻസ്വാൾ എന്നീ ബ്രിട്ടീഷ് കോളനികളിലാണ് ഈ ആശയം ആദ്യം നടപ്പിലാക്കപ്പെട്ടത്. ഒന്നാം ലോകമഹായുദ്ധത്തെത്തുടർന്ന് ബ്രിട്ടീഷ് കോളനികൾ പൂർണ സ്വാതന്ത്ര്യത്തിനായി സമരങ്ങൾ ആരംഭിച്ചപ്പോൾ പഴയ കോളനി സാമ്രാജ്യം നിലനിർത്താൻ കോമൺവെൽത്ത് എന്ന ആശയം മുന്നോട്ട് വയ്ക്കപ്പെട്ടു. Statute of Westminster പ്രകാരമാണിത് നിലവിൽ വന്നത്. 1947-ൽ ഇന്ത്യയും പാകിസ്ഥാനും സ്വതന്ത്രമായതിനെത്തുടർന്ന് കോമൺവെൽത്തിൽ ചേർന്നു. 1948-ൽ ബർമ അഥവാ മ്യാൻമാർ കോമൺവെൽത്തിലെ പങ്കാളിയായി. പിൽക്കാലത്ത് ബ്രിട്ടീഷ് കോമൺവെൽത്ത് എന്ന പേര് ഉപേക്ഷിക്കുകയും 'കോമൺവെൽത്ത്' എന്ന് സ്വീകരിക്കുകയും ചെയ്തു. ഇടക്കാലങ്ങളിൽ അയർലൻഡ് (1949), ദക്ഷിണ ആഫ്രിക്ക (1961), പാകിസ്ഥാൻ (1972) എന്നീ രാജ്യങ്ങൾ കോമൺവെൽത്തിൽ നിന്ന് പിന്മാറി. സാംസ്കാരിക-സാമ്പത്തിക സഹകരണത്തിന്റെ അടിസ്ഥാനത്തിലുള്ള 'കോമൺ

വെൽത്ത്' ഇന്നും നിലനിൽക്കുന്നു. ഇതുകൂടാതെ 'കോമൺവെൽത്ത് ഗെയിംസ്', ഈ സഹകരണത്തെ ബലപ്പെടുത്തുന്നു. 1930–ൽ ആരംഭിച്ച ബ്രിട്ടീഷ് എമ്പയർ ഗെയിംസ് ആണ് കോമൺവെൽത്ത് ഗെയിംസ് ആയി മാറിയത്.

ഭഗത്സിങിന്റെ രക്തസാക്ഷിത്വം: 1931

1931 മാർച്ച് 23–ന് ഭഗത്സിങ്, രാജഗുരു, സുഖ്ദേവ് എന്നിവരെ ലാഹോർ ജയിലിൽ തൂക്കിക്കൊന്നു. 'ഹിന്ദുസ്ഥാൻ സോഷ്യലിസ്റ്റ് റിപ്പബ്ലിക്കൻ അസോസിയേഷൻ' പ്രവർത്തകരായിരുന്നു ഇവർ. ഗൂഢാലോചനക്കേസുകൾ ചമച്ചാണ് കമ്യൂണിസ്റ്റ് പ്രസ്ഥാനത്തിന്റെ സഹയാത്രികരായ ഇവരെ തൂക്കിലേറ്റിയത്. ബ്രിട്ടീഷുകാരെ ഇന്ത്യയിൽനിന്ന് പുറത്താക്കുക, സമത്വാധിഷ്ഠിതഭരണം സ്ഥാപിക്കുക എന്നിവയായിരുന്നു ഇവരുടെ ലക്ഷ്യം. 1928 ഡിസംബർ 17–ന് ഇവർ മൂന്നുപേരും ചേർന്ന് ലാലാ ലജ്പത്റായിയുടെ മരണത്തിനുത്തരവാദിയായ പൊലീസ് മേധാവി സാൻഡേഴ്സണെ വധിച്ചിരുന്നു. കേന്ദ്ര നിയമസഭയ്ക്കകത്ത് ബോംബെറിഞ്ഞ കുറ്റവും ഇവർക്കെതിരെ ചുമത്തപ്പെട്ടിരുന്നു. ഇന്ത്യയിലാകമാനം കടുത്ത പ്രതിഷേധമാണ് ഈ ധീരവിപ്ലവകാരികളുടെ ശിക്ഷ നടപ്പാക്കലിനെതിരെ ഉണ്ടായത്.

ജർമൻ ക്രപ്പ് കുടുംബം (Krupp family): 1931

ജർമൻ–പ്രഷ്യൻ പ്രദേശത്തെ റൂർ കേന്ദ്രമായി വളർന്നുവന്ന ഇരുമ്പുരുക്ക് വ്യവസായ കുടുംബമാണ് ക്രപ്പ്. ജർമനിയുടെ വളർച്ചയിൽ നിർണായക പങ്കുവഹിച്ച ക്രപ്പ് കുടുംബം പിൽക്കാലത്ത് ലോക കമ്പോളത്തെ പിടിച്ചടക്കി. ഈ രംഗത്ത് ബ്രിട്ടീഷ് മേൽക്കോയ്മ തകർക്കുന്നതിൽ ക്രപ്പ് കുടുംബം വലിയ പങ്കുവഹിച്ചു. ജർമനിക്കുവേണ്ടി ആയുധനിർമാണം നടത്തിയിരുന്നത് ഈ വ്യവസായ കുടുംബമായിരുന്നു. ആയതുകൊണ്ടുതന്നെ ഹിറ്റ്ലറുടെ നാസി പാർട്ടിയുമായി ക്രപ്പ് വ്യവസായികൾ ചങ്ങാത്തത്തിലായി. 1931–ൽ നാസി പാർട്ടിയുടെ 'ബ്ലാക്ക് ഷർട്ട്' സംഘത്തിൽ ആൽഫ്രഡ് ക്രപ്പ് ചേർന്നതോടെ ഈ സൗഹൃദം ദൃഢമായി. കോൺസൻട്രേഷൻ ക്യാമ്പുകളിലെ അടിമകളെ വ്യവസായങ്ങളിൽ തൊഴിൽശക്തിയായി ക്രപ്പ് കുടുംബം ഉപയോഗിച്ചിരുന്നു. ഹിറ്റ്ലറുടെ പതനശേഷം ക്രപ്പ് കുടുംബത്തിന്റെ സമ്പത്ത് അമേരിക്കൻ അനുകൂല രാജ്യങ്ങൾ കൈവശപ്പെടുത്തിയെങ്കിലും, മേലിൽ ആയുധങ്ങൾ നിർമിക്കില്ലെന്ന ഉറപ്പിൽ ഒരുവർഷത്തിനുശേഷം മാപ്പുലഭിച്ച് സ്വതന്ത്രരായി. ലോകമഹായുദ്ധങ്ങൾ വൻകിട മുതലാളിമാരുടെയും സാമ്രാജ്യത്വമോഹികളുടെയും ലാഭക്കൊതി മൂലമുണ്ടായ വിപത്തുകളാണെന്ന് ഇത് തെളിയിക്കുന്നു.

ചാകോ യുദ്ധം (Chaco War): 1932

ബൊളീവിയയും പരാഗ്വേയും തമ്മിൽ ചാകോ പ്രദേശത്തിനുവേണ്ടി 1932–1935 കാലത്ത് യുദ്ധം ചെയ്തു. ബൊളീവിയ പരാഗ്വേ നദിയിലൂടെ സമുദ്രത്തിലേക്കുള്ള വഴിക്കുവേണ്ടിയാണ് യുദ്ധത്തിന് തയാറായത്. 1935 ജൂൺ മാസത്തിൽ പരാഗ്വേ യുദ്ധം വിജയിച്ചുവെങ്കിലും ബ്യൂനോസ് അയേഴ്സ് (Buenos Aires) സന്ധിപ്രകാരം ബൊളീവിയയുടെ ആഗ്രഹമായിരുന്ന സമുദ്രത്തിലേക്കുള്ള വഴി അനുവദിച്ചുകിട്ടി.

സ്പെയിനിൽ കമ്യൂണിസ്റ്റ് മുന്നേറ്റം: 1933

സ്പെയിനിലെ ഏകാധിപതി പ്രിമോഡി റിവേറ ശക്തമായ ജനമുന്നേറ്റത്തെത്തുടർന്ന് 1930 ജനുവരിയിൽ രാജിക്ക് തയാറായി. 1931 ഏപ്രിൽ മാസത്തിൽ മുനിസിപ്പൽ തിരഞ്ഞെടുപ്പ് നടന്നപ്പോൾ രാജാധിപത്യത്തെ എതിർക്കുന്നവർ ഭൂരിപക്ഷം നേടി. രാജാവ് ഏപ്രിൽ 21–ന് ലണ്ടനിൽ അഭയം തേടുകയും ജൂണിൽ നടന്ന തിരഞ്ഞെടുപ്പിൽ സോഷ്യലിസ്റ്റ് വർക്കേഴ്സ് പാർട്ടി ഭൂരിപക്ഷം കരസ്ഥമാക്കുകയും ചെയ്തു. 1933 ഡിസംബർ മാസത്തിൽ സ്പെയിനിലാകമാനം ശക്തമായ കമ്യൂണിസ്റ്റ് മുന്നേറ്റമുണ്ടായി. ആഭ്യന്തര കലാപത്തിൽ പൊലീസ് മർദനമേറ്റ് നൂറുകണക്കിന് കമ്യൂണിസ്റ്റ് അനുഭാവികൾ കൊല്ലപ്പെട്ടു. പൊതുപണിമുടക്കുകളും അരങ്ങേറി. പ്രധാനമന്ത്രി മാനുവൽ പട്ടാളനിയമം പ്രഖ്യാപിച്ചു. പഴഞ്ചൻ ഭരണക്രമം അവസാനിപ്പിക്കുക എന്നതായിരുന്നു ഈ മുന്നേറ്റങ്ങളുടെ മുദ്രാവാക്യം.

നിയോ ദെസ്തൂർ പാർട്ടി (Neo Destour Party): 1934

ടുണീഷ്യൻ വക്കീൽ ആയിരുന്ന ഹബീബ് ബോർഗിബ (Habib Bourguiba)യാണ് ഈ പാർട്ടിയുടെ സ്ഥാപകൻ. ടുണീഷ്യൻ സ്വാതന്ത്ര്യപോരാട്ടത്തിന്റെ നേതാവായിരുന്നു ഇദ്ദേഹം. 1952–ൽ ഇദ്ദേഹത്തെ തടവിലാക്കിയതിനെത്തുടർന്ന് ടുണീഷ്യൻ ജനത ഗറില്ലായുദ്ധം ആരംഭിച്ചു. ഫ്രഞ്ചുകാരായിരുന്നു ടുണീഷ്യ ഭരിച്ചിരുന്നത്. ദീർഘകാല പോരാട്ടത്തെത്തുടർന്ന് 1956 മാർച്ചിൽ ടുണീഷ്യക്ക് സ്വാതന്ത്ര്യം അനുവദിച്ചു. ബോർഗിബ ടുണീഷ്യയുടെ ആദ്യ പ്രീമിയറും പ്രസിഡന്റുമായിരുന്നു. ഒരു സോഷ്യലിസ്റ്റും ജനാധിപത്യവാദിയുമായിരുന്ന ബോർഗിബ ആധുനികവൽക്കരണത്തെയും മനുഷ്യാവകാശങ്ങളെയും പ്രോത്സാഹിപ്പിച്ചിരുന്നു. 1987–ലാണ് ഇദ്ദേഹം പ്രസിഡന്റ് പദവി ഒഴിയുന്നത്.

സാർ പ്രദേശത്തെ കൽക്കരി ഖനികൾ: 1935

ഒന്നാം ലോകമഹായുദ്ധത്തെത്തുടർന്ന് ജർമനിയുടെ സമ്പത്തെല്ലാം ഇംഗ്ലണ്ടും ഫ്രാൻസും കൈക്കലാക്കുകയുണ്ടായി. ഫ്രഞ്ച്–

ജർമൻ അതിർത്തിയിലുള്ള വ്യാവസായിക മേഖലയും കൽക്കരി ഖനികളുടെ ആസ്ഥാനവുമായിരുന്ന സാർ (Saar) പ്രദേശം വേഴ്സായിൽസ് ഉടമ്പടി (Versailles Treaty, 1919) പ്രകാരം ഫ്രാൻസിന്റേതായി. എന്നാൽ 1935 ജനുവരി 13-ന് നടന്ന ജനഹിത പരിശോധനയിൽ ഈ പ്രദേശം ജർമനിക്ക് തിരിച്ചുനൽകേണ്ടതാണെന്ന് ഇവിടെ താമസിക്കുന്നവർ അഭിപ്രായപ്പെട്ടതിനെത്തുടർന്ന് സാർ പ്രദേശം ജർമൻ അധീനതയിലായി.

റിസർവ് ബാങ്ക് ഓഫ് ഇന്ത്യ: 1935

1926-ലെ ഇന്ത്യൻ ധനകാര്യ കമീഷൻ ഹിൽട്ടൺ യങ് റോയൽ കമീഷൻ നിർദേശിച്ചതനുസരിച്ച് 1935 ഏപ്രിൽ 1-ന് റിസർവ് ബാങ്ക് ഓഫ് ഇന്ത്യ നിലവിൽവന്നു. 1933 സെപ്തംബർ 8-നാണ് കേന്ദ്രനിയമസഭ റിസർവ്ബാങ്ക് ബിൽ പാസാക്കിയത്. കറൻസിനോട്ട് അടിച്ചിറക്കുക, ബാങ്കുകളുടെ കരുതൽധനം നീക്കിവച്ച് നിയന്ത്രിക്കുക എന്നീ ലക്ഷ്യങ്ങളോടെ ഓഹരിക്കാരുടെ ഉടമസ്ഥതയിലുള്ള സ്വകാര്യസംരംഭമായാണ് റിസർവ് ബാങ്ക് ആരംഭിച്ചത്. 1935-ലെ ഗവൺമെന്റ് ഓഫ് ഇന്ത്യാ ആക്ടിലും റിസർവ് ബാങ്ക് തുടങ്ങുമെന്ന പ്രഖ്യാപനം ഉണ്ടായിരുന്നു. 1948-ലെ റിസർവ് ബാങ്ക് ആക്റ്റ് പ്രകാരം ഈ ബാങ്ക് പൂർണ സർക്കാർ നിയന്ത്രണത്തിലായി.

മാക്സിം ഗോർക്കിയുടെ മരണം: 1936

1936 ജൂൺ 14-നാണ് ലോകപ്രശസ്ത സാഹിത്യകാരൻ മാക്സിം ഗോർക്കി (1868–1936) എന്ന റഷ്യൻ ചെറുകഥാകൃത്തും നോവലിസ്റ്റുമായിരുന്ന മഹദ്‌വ്യക്തി നിര്യാതനായത്. 1899 മുതൽ 1906 വരെ സെന്റ് പീറ്റേഴ്സ്ബർഗിൽ ജീവിച്ചിരുന്ന ഗോർക്കി മാർക്സിസ്റ്റ് പ്രസ്ഥാനത്തിലെ സജീവാംഗമായിരുന്നു. ബോൾഷെവിക് ആയിരുന്ന ഗോർക്കി *Song of the Stormy Petrel* എന്ന കവിത എഴുതിയതിന് തുറങ്കിലടയ്ക്കപ്പെട്ടു. 1905-ലെ വിപ്ലവത്തിൽ പങ്കെടുത്ത ഗോർക്കി 1906 മുതൽ രാജ്യത്തിന് പുറത്ത് ജീവിക്കേണ്ടിവന്നു. 1913-ൽ റഷ്യയിൽ തിരിച്ചെത്തി ബോൾഷെവിക് വിപ്ലവത്തിൽ പങ്കെടുത്തു. തൊഴിലാളികളോടും സാധാരണക്കാരോടും കൂറുപുലർത്തിയിരുന്ന ഗോർക്കി തന്റെ രചനകളെ

മാക്സിം ഗോർക്കി

അവർക്കുവേണ്ടിയുള്ള ആയുധങ്ങളാക്കി. 1899–ൽ രചിച്ച *ഫോമ ഗോർദയേവ്* (*Foma Gordeyev*) ആണ് ആദ്യസൃഷ്ടി. 1906–ൽ രചിച്ച *മദർ* എന്ന നോവൽ ഏറെ വായിക്കപ്പെട്ടു.

ഇന്ത്യൻ നാഷണൽ കോൺഗ്രസ് ഇടതുപക്ഷത്തേക്ക്: 1936

ജവാഹർലാൽ നെഹ്റുവിന്റെ നേതൃത്വത്തിൽ സോഷ്യലിസ്റ്റ് ആശയങ്ങൾ ഇന്ത്യൻ നാഷണൽ കോൺഗ്രസിൽ ശക്തമായ സ്വാധീനമുണ്ടാക്കി. നെഹ്റു, തൊഴിലാളി–കർഷക സംഘടനകൾക്ക് കോൺഗ്രസിൽ അംഗത്വം നൽകണമെന്ന വാദഗതിക്കാരനായിരുന്നു. 1936 ഏപ്രിൽ 12–ന് ലഖ്നൗവിൽ ചേർന്ന കോൺഗ്രസ് സമ്മേളനത്തിൽ ജയപ്രകാശ് നാരായൺ, ആചാര്യ നരേന്ദ്രദേവ്, അച്യുത് പട്വർധൻ എന്നീ സോഷ്യലിസ്റ്റ് ചിന്താഗതിക്കാരെ വർക്കിങ് കമ്മിറ്റിയിലേക്ക് നാമനിർദേശം ചെയ്തു. മധ്യവർത്തികളെയും പണമിടപാടുകാരെയും ഒഴിവാക്കി കൃഷിഭൂമി കർഷകന് അവകാശപ്പെട്ടതാണെന്ന തീരുമാനം ഈ സമ്മേളനം കൈക്കൊണ്ടു. തിരഞ്ഞെടുപ്പിനായുള്ള ആദ്യ കോൺഗ്രസ് പ്രകടനപത്രിക ഉണ്ടായത് ഈ സമ്മേളനത്തോടെയാണ്. കോൺഗ്രസ് സോഷ്യലിസ്റ്റുകൾ എന്ന പേരിൽ ഇടതുപക്ഷ വീക്ഷണമുള്ളവർ ധാരാളമായി ഇന്ത്യൻ നാഷണൽ കോൺഗ്രസിൽ പ്രവർത്തിക്കാൻ അവസരമായത് ഈ മാറ്റങ്ങൾക്കു ശേഷമാണ്.

കേരളത്തിലെ ക്ഷേത്രപ്രവേശനസമരം ഫലം കണ്ടു: 1936

1936 നവംബർ 12–ന് തിരുവിതാംകൂർ ഗവൺമെന്റ് പ്രഖ്യാപിച്ച ക്ഷേത്രപ്രവേശന വിളംബരം അതിരൂക്ഷമായ ജനമുന്നേറ്റത്തിന്റെ സന്തതിയായിരുന്നു. 1917–ൽ കോഴിക്കോടും, 1924 ൽ വൈക്കത്തും, 1931–ൽ ഗുരുവായൂരിലും അരങ്ങേറിയ ക്ഷേത്രപ്രവേശന സമരങ്ങൾ തിരുവിതാംകൂറിൽ ക്ഷേത്രപ്രവേശന അന്വേഷണ കമീഷൻ നിയമിക്കാൻ പ്രേരിപ്പിച്ചു. നിർദേശങ്ങളുണ്ടായിട്ടും ക്ഷേത്രങ്ങൾ ഹൈന്ദവ വിശ്വാസികളിലെ തൊട്ടുകൂടാത്തവർക്ക് തുറന്നുകൊടുക്കുവാൻ സർക്കാർ അല്ലെങ്കിൽ മേലാളവർഗം തയാറായില്ല. ഇത് ശക്തമായ സമരങ്ങൾക്ക് കാരണമാകുമെന്ന തിരിച്ചറിവാണ് ക്ഷേത്രപ്രവേശന വിളംബരത്തിന് കാരണമായത്. ലോകത്തിന് തന്നെ മാതൃകയായ തീരുമാനമാണ് ഇതെന്ന് ചരിത്രം തെളിയിച്ചു.

അമേരിക്കയിലെ കുത്തിയിരിപ്പ് സമരം: 1937

അമേരിക്കയിലെ തൊഴിലാളികൾ 1937 ജനുവരി–ഫെബ്രുവരി മാസങ്ങളിൽ നടത്തിയ സമരമാണ് കുത്തിയിരിപ്പ് (Sit Down Strike) സമരം. തൊഴിൽ സ്ഥലത്ത് ഉപവിഷ്ടരാവുകയും ബലപ്രയോഗത്തിലൂടെ മാത്രമേ അവിടെനിന്ന് മാറ്റാൻ സാധിക്കൂ എന്ന് തൊഴിലാളികൾ

നിർബന്ധം പിടിക്കുകയും ചെയ്ത സമരമായിരുന്നു ഇത്. യുണൈറ്റഡ് ഓട്ടോമൊബൈൽ വർക്കേഴ്സ്, ജനറൽ മോട്ടോർ കമ്പനി തൊഴിലാളികൾ എന്നിവരാണ് ഈ സമരം നടത്തിയത്. തൊഴിലാളികൾക്ക് ഭക്ഷണം നിഷേധിച്ച് സമരത്തെ പരാജയപ്പെടുത്തുവാനുള്ള പൊലീസ് ശ്രമം പരാജയപ്പെട്ടു. തങ്ങളുടെ തൊഴിലാളി യൂണിയനെ നിയമവിധേയമാക്കണമെന്നായിരുന്നു ഇവരുടെ ആവശ്യം. അമേരിക്കൻ പ്രസിഡന്റ് ഈ ആവശ്യം അംഗീകരിച്ചതിനെത്തുടർന്ന് സമരം വിജയം കണ്ടു.

ബ്ലഡ് ബാങ്ക് (Blood Bank): 1937

ബ്ലഡ് പ്ലാസ്മയോ രക്തമോ രോഗികളുടെ ആവശ്യാർഥം ആശുപത്രികളിലോ മറ്റോ സൂക്ഷിക്കുന്ന സംവിധാനം ആരംഭിക്കുന്നത് 1937-ലാണ്. ചിക്കാഗോയിലാണ് ആദ്യ രക്തബാങ്ക് നിലവിൽ വന്നത്. 1940-ൽ ചാൾസ് റിച്ചാർഡ് ഡ്ര്യൂവിന്റെ (Charles Richard Drew) നേതൃത്വത്തിൽ വിപുലമായ രക്തബാങ്ക് സംവിധാനം നിലവിൽവന്നു. എന്നാൽ ആർ എച്ച് ഫാക്ടറിന്റെ (Rhesus Factor) കണ്ടെത്തലോടെ കൂടുതൽ ശാസ്ത്രീയമായി ഈ സംവിധാനത്തെ വികസിപ്പിക്കുവാനായി. രണ്ടാം ലോകമഹായുദ്ധകാലത്ത് നിരവധി ജനങ്ങളുടെ ജീവൻ രക്ഷിച്ചത് രക്തബാങ്കുകളാണ്. എന്നാൽ 1980കളിൽ എയ്ഡ്സ് വൈറസ് കണ്ടെത്തിയതോടെ രക്തബാങ്ക് സംവിധാനത്തിൽ ആശങ്കയുണ്ടായി. എന്നിരുന്നാലും ശാസ്ത്രീയ പരീക്ഷണങ്ങളുടെ സംരക്ഷണയിൽ രക്തബാങ്കുകൾ ഇന്നും ആതുരസേവനരംഗത്ത് സുപ്രധാന പ്രവർത്തനം നടത്തുന്നു.

കമ്യൂണിസ്റ്റ് പാർട്ടി കേരളത്തിൽ: 1937

പി കൃഷ്ണപിള്ള, ഇ എം എസ്, കെ ദാമോദരൻ, എൻ സി ശേഖർ എന്നിവരുടെ നേതൃത്വത്തിൽ കോഴിക്കോട് രഹസ്യയോഗം നടന്നതിന്റെ ഫലമായി കമ്യൂണിസ്റ്റ് പാർട്ടിയുടെ കേരളഘടകം രൂപംകൊണ്ടു. കോൺഗ്രസ് സോഷ്യലിസ്റ്റുകൾ എന്ന പേരിൽ കോൺഗ്രസിനുള്ളിൽ പ്രവർത്തിക്കാൻ ഇവർ തീരുമാനിച്ചിരുന്നു. വടക്കേമലബാറിൽ പിണറായി പാറപ്പുറത്ത് വച്ചുനടന്ന ചടങ്ങിലാണ് കമ്യൂണിസ്റ്റ് പാർട്ടിയുടെ കേരള ഘടകം ഔദ്യോഗികമായി രൂപവൽക്കരിക്കപ്പെട്ടത്. ലോകചരിത്രത്തെ സ്വാധീനിച്ച 1957-ലെ കമ്യൂണിസ്റ്റ് ഗവണ്മെന്റ് കേരളത്തിൽ രൂപംകൊള്ളുവാനിടയായത് ചിട്ടയോടെയുള്ള ഈ പാർട്ടിയുടെ പ്രവർത്തന ഫലമാണ്.

പി കൃഷ്ണപിള്ള

ചൈനയ്ക്കുമേൽ ചുവപ്പ് നക്ഷത്രം: 1937

ചൈനയിലെ കമ്യൂണിസ്റ്റ് മുന്നേറ്റത്തിന്റെ ശക്തിയും പുരോഗതിയും ലോകം ശ്രദ്ധിക്കുന്നത് *ചൈനയ്ക്കുമേൽ ചുവപ്പ് താരം Red Star Over China* എന്ന ഗ്രന്ഥത്തിലൂടെയാണ്. 1937-ൽ എഡ്ഗാർ പെർക്ക്സ് സ്നൊ (Edgar Perks Snow) ആയിരുന്നു ഈ ഗ്രന്ഥം പ്രസിദ്ധീകരിച്ചത്. 1928 മുതൽ 1936 വരെ ചൈനയിൽ സഞ്ചരിച്ച ചൈനീസ് കമ്യൂണിസ്റ്റ് നേതാക്കളുമായി അഭിമുഖം നടത്തിയുമാണ് ഇദ്ദേഹം ഗ്രന്ഥത്തിനുവേണ്ട വിവരശേഖരണം നടത്തിയത്. പാശ്ചാത്യലോകം ചൈനയിലെ മാറ്റങ്ങൾ ഇതോടെ ശ്രദ്ധിക്കുവാൻ തുടങ്ങി. എഡ്ഗാർ സ്നൊ തന്റെ മരണംവരെയും ചൈനയിലെ കമ്യൂണിസ്റ്റ് പ്രസ്ഥാനത്തെ സംബന്ധിച്ച രചനകളിൽ ഏർപ്പെട്ടിരുന്നു.

മനുഷ്യവേട്ടയ്ക്കായി അമേരിക്കയുടെ മാൻഹാട്ടൻ പ്രോജക്ട്: 1942

അമേരിക്കൻ പോർവിമാനങ്ങൾ 1945 ആഗസ്ത് 6, 9 എന്നീ തീയതികളിൽ ജപ്പാനിലെ ഹിരോഷിമ, നാഗസാക്കി എന്നിവിടങ്ങളിൽ അറ്റോമിക് ബോംബുകൾ വർഷിക്കാൻ സജ്ജരായത് മാൻഹാട്ടൻ പ്രോജക്ടിന്റെ ആസൂത്രണഫലമായിട്ടാണ്. 1942-ലാണ് അമേരിക്കൻ പ്രസിഡന്റ് റൂസ്വെൽറ്റിന്റെ നിർദേശപ്രകാരം, ആറ്റോമിക് ബോംബുകൾക്കായി മാൻഹാട്ടൻ പ്രോജക്ട് (Manhattan Project) പ്രവർത്തനം ആരംഭിച്ചത്. 1945 ജൂലായ് 16-ന് ന്യൂ മെക്സിക്കോയിലെ അൽമോ ഗോർഡോവിൽ (Alamogordo) വച്ച് ട്രിനിറ്റി (Trinity) എന്ന രഹസ്യപ്പേരിൽ ആണവബോംബ് പരീക്ഷിച്ചു. നിരവധി മനുഷ്യരെ കൊന്നൊടുക്കിയ അണുബോംബുകളെക്കാൾ ശക്തിയുള്ള ആണവായുധങ്ങൾ ലോകരാജ്യങ്ങൾ ഇന്ന് സംഭരിച്ചുകൊണ്ടിരിക്കുകയാണ്.

ക്വിറ്റ് ഇന്ത്യാ സമരം: 1942

1942 ആഗസ്ത് 8-ന് രണ്ടാം ലോകമഹായുദ്ധം കൊടുമ്പിരിക്കൊണ്ട ഘട്ടത്തിൽ ബോംബെയിൽ ചേർന്ന എ ഐ സി സി സമ്മേളനം 'ക്വിറ്റ് ഇന്ത്യാ' പ്രമേയം പാസാക്കി. സ്വാതന്ത്ര്യലബ്ധിക്കായി ബഹുജനസമരം തുടങ്ങാനുള്ള തയാറെടുപ്പിലായിരുന്നു ഇന്ത്യൻ നാഷണൽ കോൺഗ്രസ്. 'ആഗസ്ത് പ്രമേയം' എന്നറിയപ്പെട്ട ഈ ആഹ്വാനം ഇന്ത്യയിൽ വിപ്ലവസമാനമായ അന്തരീക്ഷമുണ്ടാക്കി. എന്നാൽ ആഗസ്ത് 9-ന് ഗാന്ധിയടക്കമുള്ള എല്ലാ കോൺഗ്രസ് നേതാക്കളും അറസ്റ്റ് ചെയ്യപ്പെട്ടു. 'പ്രവർത്തിക്കുക അല്ലെങ്കിൽ മരിക്കുക' എന്ന സന്ദേശമാണ് ഗാന്ധി ജനങ്ങൾക്ക് നൽകിയത്. നേതാക്കളുടെ അഭാവത്തിൽ കർഷകരും വിദ്യാർഥികളും സമരരംഗത്തിറങ്ങി. സാമ്രാജ്യത്വ വിരുദ്ധസമരം ശക്ത

മായി. ബ്രിട്ടീഷ് പട്ടാളം അതിക്രൂരമായാണ് ഈ സമരത്തെ വേട്ടയാടിയത്.

ഇന്ത്യയിലെ ഒന്നാം കമ്യൂണിസ്റ്റ് പാർട്ടി കോൺഗ്രസ്: 1943

1943 മെയ് മാസത്തിൽ ബോംബെയിൽ കമ്യൂണിസ്റ്റ് പാർട്ടിയുടെ ഒന്നാം കോൺഗ്രസ് നടന്നു. 139 പ്രതിനിധികൾ പങ്കെടുത്ത ഈ കോൺഗ്രസ് ലോകഫാസിസത്തെ ശക്തിയായി അപലപിച്ചു. ഇന്ത്യക്ക് പൂർണസ്വാതന്ത്ര്യം വേണമെന്നുകൂടി ആവശ്യപ്പെടുന്ന രാഷ്ട്രീയ റിപ്പോർട്ട് ജനറൽ സെക്രട്ടറി പി സി ജോഷി അവതരിപ്പിച്ചു. 1920-ൽ താഷ്കന്റിൽ വച്ചാണ് ഇന്ത്യൻ കമ്യൂണിസ്റ്റ് പാർട്ടി രൂപംകൊണ്ടത്. 1925-ൽ കാൺപൂരിൽവച്ച് പാർട്ടി സംഘടന നിലവിൽ വന്നു. ആദ്യ അഖിലേന്ത്യാ കോൺഗ്രസ് നടക്കുന്നത് 1943-ലാണ്.

റഷ്യൻ ചെമ്പടയ്ക്കുമുമ്പിൽ നാസികൾ കീഴടങ്ങുന്നു: 1944

1941-ൽ ജർമനി റഷ്യയെ ആക്രമിച്ച് ലെനിൻഗ്രാഡ് കീഴടക്കിയി

ചെമ്പട

രുന്നു. 1944 ജനുവരി 27-ന് റഷ്യൻസേന ലെനിൻഗ്രാഡ് തിരിച്ചുപിടിച്ചു. ഇതോടെ സോവിയറ്റ് യൂണിയന്റെ വിവിധ ഭാഗങ്ങളിൽനിന്ന് നാസിപ്പട തുരത്തപ്പെട്ടു. 1944 മെയ് മാസം ഹിറ്റ്‌ലർ തന്റെ സേനയെ റഷ്യയിൽനിന്ന് പിൻവലിച്ചു. അതോടെ പോളണ്ടിലൂടെ ചുവപ്പ് സേന ഇരച്ചുക

യറി നാസികളെ ജർമനിയിലേക്ക് തുരത്തിയോടിച്ചു. റുമാനിയ, ബൾഗേറിയ, യുഗോസ്ലാവിയ, ഹംഗറി എന്നിവിടങ്ങളിൽ റഷ്യൻ സേന നാസികൾക്കുമേൽ ആധിപത്യം സ്ഥാപിച്ചു. ജർമനിയിലേക്ക് പ്രവേശിച്ച റഷ്യൻ സൈന്യം ഹിറ്റ്ലറുടെ ഏകാധിപത്യത്തിന് അന്ത്യം കുറിച്ചു. സോവിയറ്റ് യൂണിയന്റെ രംഗപ്രവേശമാണ് രണ്ടാം ലോകമഹായുദ്ധത്തിന്റെ ഗതി മാറ്റിമറിച്ചത്.

അറബ് ലീഗ്: 1945

ലീഗ് ഓഫ് അറബ് സ്റ്റേറ്റ്സ് 1945 മാർച്ചിൽ കെയ്റോവിൽ (Cairo) വച്ച് സ്ഥാപിക്കപ്പെട്ടു. ഈജിപ്ത്, സൗദി അറേബ്യ, ഇറാഖ്, ജോർദാൻ, സിറിയ, ലബനോൺ, യമൻ എന്നിവയാണ് അംഗരാഷ്ട്രങ്ങൾ. പാലസ്തീൻ വിമോചന സംഘടനയടക്കം (Palestine Liberation Organisation) നിരവധി അറബ് രാജ്യങ്ങൾ ഈ കൂട്ടായ്മയിൽ ചേർന്നു. ഇസ്രയേൽ (Israel) വിരുദ്ധ സഖ്യമായാണ് ഈ സംഘടന പ്രവർത്തിച്ചത്. ഇസ്രായേലുമായി സഖ്യത്തിലേർപ്പെട്ടതിന് 1979-ൽ ഈജിപ്തിനെ ഈ സഖ്യത്തിൽനിന്ന് പുറത്താക്കി. അറബ് രാജ്യങ്ങളുടെ പരസ്പര സൗഹൃദത്തിനും സാമ്പത്തിക കൂട്ടായ്മയ്ക്കും നേതൃത്വം കൊടുക്കുന്നത് അറബ് ലീഗാണ്.

ഹിരോഷിമാ ദുരന്തം: ആഗസ്ത് 6, 1945

ജപ്പാനിലെ ഹോൻഷു (Honshu) ദ്വീപിലെ ഹിരോഷിമയിൽ 1945 ആഗസ്ത് 6-ന് രാവിലെ 8.15-ന് അമേരിക്കൻ യുദ്ധവിമാനമായ ബി-29 ബോംബർ ആണവബോംബ് ഉപയോഗിച്ചു. ജപ്പാനെ യുദ്ധത്തിൽനിന്ന് നിരുപാധികം പിൻവലിപ്പിക്കുകയായിരുന്നു ഈ ദൗത്യത്തിന്റെ ലക്ഷ്യം. ഏകദേശം 80,000 ജനങ്ങൾ ഈ ആക്രമണത്തിൽ ഉടനെത്തന്നെ കൊല്ലപ്പെടുകയും അതിനെക്കാൾ കൂടുതൽപേർ രോഗബാധിതരും മുറിവേറ്റവരുമായിത്തീരുകയും ചെയ്തു. പിൽക്കാലത്ത് ആണവ വികിരണമേറ്റ് 1,25,000 ജനങ്ങൾ കൊല്ലപ്പെട്ടതായി പറയുന്നു. ഇരുപതാം നൂറ്റാണ്ടിലെ സാമ്രാജ്യത്വവേട്ടക്കാരുടെ ഇരയായിരുന്നു ഹിരോ

ഹിരോഷിമാ ദുരന്തം

ഷിമയിലെ ജനത. വരാൻ പോകുന്ന തലമുറകൾക്ക് അപകടസൂചന നൽകി ഹിരോഷിമ നഗരം ഇന്ന് സമാധാനനഗരമായി പുനഃസൃഷ്ടിച്ചിരിക്കുന്നു.

നേതാജി സുബാഷ് ചന്ദ്രബോസിന്റെ മരണം: 1945

1945 ആഗസ്ത് 17–ന് 'തായ്ഹോക്കു' വിമാനത്താവളത്തിലുണ്ടായ വിമാനാപകടത്തിൽ സുബാഷ് ചന്ദ്രബോസ് മരണപ്പെട്ടു എന്ന് പറയപ്പെടുന്നു. ഈ സംഭവം ഇന്നും വിവാദമായി തുടരുകയാണ്. ഫോർവേഡ് ബ്ലോക്ക്, ഐ എൻ എ എന്നീ പ്രസ്ഥാനങ്ങൾ കെട്ടിപ്പടുത്ത സുബാഷ് ചന്ദ്രബോസ് ഇന്ത്യക്കാർക്ക് 'നേതാജി' ആയിരുന്നു. ഇന്ത്യയുടെ വിമോചനത്തിന് ജർമനിയുടെയും ജപ്പാന്റെയും സഹായത്തോടെ പൊരുതാനാണ് അദ്ദേഹം തീരുമാനിച്ചത്. വൻ ജനപിന്തുണയുണ്ടായിരുന്ന സുബാഷ് ചന്ദ്രബോസ്, ജപ്പാന്റെ പരാജയത്തെത്തുടർന്ന് അശക്തനാകുകയായിരുന്നു. ഇന്ത്യയിൽ നടന്ന ഐ എൻ എ തടവുകാരുടെ വിചാരണ ഏറെ ജനകീയ പ്രതിഷേധങ്ങൾക്ക് വഴിതെളിയിച്ചു. കേരളത്തിൽ മുഹമ്മദ് അബ്ദുറഹിമാൻ സാഹിബിനെപ്പോലെ ഏറെ അനുയായികളെ സൃഷ്ടിക്കാൻ നേതാജിക്ക് സാധിച്ചു. ക്യാപ്റ്റൻ ലക്ഷ്മി ഐ എൻ എ വനിതാ സൈന്യത്തിന്റെ നേതാവായിരുന്നു.

ഐക്യരാഷ്ട്ര സംഘടന: 1945

രണ്ടാം ലോകമഹായുദ്ധത്തെത്തുടർന്ന് ലീഗ് ഓഫ് നേഷൻസിന്റെ (സർവരാജ്യ സഖ്യം) പരാജയത്തെ മറികടക്കാനായി രൂപംകൊണ്ട അന്താരാഷ്ട്ര സംഘടനയാണ് യുണൈറ്റഡ് നേഷൻസ് ഓർഗനൈസേഷൻ. ലീഗ് ഓഫ് നേഷൻസിന്റേതുപോലെ രണ്ടാം ലോകമഹായുദ്ധത്തിൽ വിജയിച്ച അമേരിക്കൻ ചേരി രാഷ്ട്രങ്ങൾക്ക് മുൻതൂക്കം ലഭിക്കും വിധത്തിലാണ് ഈ സംഘടനയും രൂപംകൊണ്ടിരിക്കുന്നത്. ഡംബാർട്ടൺ ഓക്സ് (Dumbarton Oaks), സാൻ ഫ്രാൻസിസ്കോ (San Francisco) തുടങ്ങിയ സ്ഥലങ്ങളിൽ ചേർന്ന സമ്മേളനങ്ങൾക്കൊടുവിലാണ് ഈ സംവിധാനം 1945–ൽ നിലവിൽ വന്നത്. ഏറെ ബലഹീനതകളും പരാജയങ്ങളും സംഭവിച്ചിട്ടുണ്ടെങ്കിലും മനുഷ്യസേവനത്തിൽ മുമ്പെങ്ങുമില്ലാത്തവിധം പ്രവർത്തനംനടത്താൻ ഈ സംഘടനയ്ക്കായിട്ടുണ്ട്. യുണിസെഫ് (UNICEF), ലോകാരോഗ്യസംഘടന, (WHO), യുണെസ്കോ (UNESCO) തുടങ്ങിയ ഉപശാഖകൾ ഈ സംഘടനയെ

ഐക്യരാഷ്ട്ര സംഘടനയുടെ ചിഹ്നം

സജീവമാക്കുന്നു. ഇന്ത്യക്കും മൂന്നാംലോക രാജ്യങ്ങൾക്കും തക്കതായ പ്രാതിനിധ്യം നൽകാൻ ഇന്നും ഈ സംഘടനയ്ക്കായിട്ടില്ല.

ബെനിറ്റോ മുസോളിനി: 1945

'Duce' എന്നറിയപ്പെട്ട ഇറ്റാലിയൻ ഏകാധിപതി തന്റെ കാമുകിയായ ക്ലാരെറ്റ പറ്റാച്ചിക്കൊപ്പം (Claretta Petacci) 1945 ഏപ്രിൽ 28-ന് കൊല്ലപ്പെടുകയുണ്ടായി. 1883-ൽ ജനിച്ച മുസോളിനി *അവന്തി* (*Avanti*) എന്ന പത്രത്തിലൂടെയാണ് പൊതുപ്രവർത്തകനായത്. 1919-ൽ ഇറ്റാലിയൻ ഫാസിസ്റ്റ് സംഘടനയ്ക്ക് രൂപംനൽകിയ മുസോളിനി 'ബ്ലാക്ക് ഷർട്ട്സ്' എന്ന സംഘടനയ്ക്കും രൂപംനൽകി. റോമാ നഗരത്തിലേക്ക് പദയാത്ര നയിച്ച അദ്ദേഹം ഇറ്റലിയുടെ ഏകാധിപതിയായി മാറി. 'Duce' അഥവാ ലീഡർ എന്നറിയപ്പെട്ട മുസോളിനി ഇറ്റലിയെ കുതിച്ചുയരുന്ന സാമ്പത്തിക ശക്തിയാക്കി മാറ്റി. അന്റോണിയോ ഗ്രാംഷിയടക്കമുള്ള കമ്യൂണിസ്റ്റ് പ്രവർത്തകരെ അദ്ദേഹം ജയിലിലടച്ചു. 1935 മുതൽ അയൽ രാജ്യങ്ങളും മറ്റ് പ്രദേശങ്ങളും ആക്രമിച്ച് കീഴ്പ്പെടുത്താൻ തുടങ്ങി. ജർമൻ ഏകാധിപതിയായ ഹിറ്റ്ലറുമായി സൗഹൃദത്തിലായ മുസോളിനി എത്യോപ്യ (Ethiopia), അൽബേനിയ (Albania) എന്നീ രാജ്യങ്ങൾ കീഴ്പ്പെടുത്തി. ജപ്പാൻ-ഇറ്റലി-ജർമനി സഖ്യം രണ്ടാം ലോകമഹായുദ്ധരംഗത്തെ ചേരിയായി വർത്തിക്കുകയും ഫാസിസം ലോകത്തിലാകമാനം പ്രചരിപ്പിക്കുകയും ചെയ്തു. ജർമൻ പട്ടാളക്കാരന്റെ വേഷം ധരിച്ച് രക്ഷപ്പെടുന്നതിനിടയ്ക്കാണ് അദ്ദേഹം കൊല്ലപ്പെട്ടത്.

അഡോൾഫ് ഹിറ്റ്ലറുടെ ആത്മഹത്യ: ഏപ്രിൽ 30, 1945

സാമ്രാജ്യത്വത്തിന്റെ വികൃതമുഖമായിരുന്നു ഇറ്റലിയിലും ജർമനിയിലും പ്രത്യക്ഷപ്പെട്ട ഫാസിസവും നാസിപ്രസ്ഥാനവും. ഒന്നാം ലോകമഹായുദ്ധത്തിന്റെ ന്യായീകരണമില്ലാത്ത ക്രൂരതകളുടെ അനുഭവത്തിൽനിന്നാണ് 1921-ൽ ജർമൻ നാസി പാർട്ടി രൂപംകൊള്ളുന്നത്. 1933-ൽ ഈ പാർട്ടിയിലൂടെ ഏകാധിപതിയാവാനുള്ള ശ്രമം അഡോൾഫ് ഹിറ്റ്ലർ ആരംഭിച്ചിരുന്നു. കഠിനപരിശ്രമത്തിലൂടെ തകർന്നടിഞ്ഞ ജർമനിയെ വികസിത രാജ്യമാക്കാൻ ഹിറ്റ്ലർ എന്ന ഭരണാധികാരിക്ക് സാധിച്ചു. എന്നാൽ ജർമൻ ദേശീയതയെ അതിരുകവിഞ്ഞു വളർത്തിയ ഹിറ്റ്ലർ ഏകാധിപതിയും വർണവെറിയനുമായി. വളരെയധികം ജൂതന്മാരെ പിടികൂടി ജർമനിയുടെ കോൺസൺട്രേഷൻ ക്യാമ്പുകളിൽ വച്ച് കൊലപ്പെടുത്തി. നരഹത്യ ചെയ്യുന്നതിൽ ഇദ്ദേഹം കുപ്രസിദ്ധനായി. അയൽരാജ്യങ്ങളെ ഒന്നടങ്കം കീഴ്പ്പെടുത്തിയ ഹിറ്റ്ലർ റഷ്യയുമായും സംഘർഷത്തിലായി. രണ്ടാം ലോകമഹായുദ്ധത്തിന് കാരണമായ ഈ നടപടികൾ റഷ്യയെപ്പോലുള്ള രാജ്യങ്ങളെ പ്രകോപിപ്പിക്കുകയും അത് ജർമനിയുടെ പരാജയത്തിന് കാരണമായി മാറുകയും ചെയ്തു. പരാജയം മനസിലാക്കിയ ഹിറ്റ്ലർ 1945 ഏപ്രിൽ 30-ന് തന്റെ കാമുകിയും പിന്നീട് ഭാര്യയുമായ ഈവ ബ്രൗണുമായി ചേർന്ന് ആത്മഹത്യ ചെയ്തു.

3

സോഷ്യലിസത്തിന്റെ പ്രഭാവം

രണ്ടാം ലോകമഹായുദ്ധം ലോകത്തിന്റെ ചിത്രം മാറ്റിവരപ്പിക്കുന്ന ഫലങ്ങളുണ്ടാക്കി. സോവിയറ്റ് യൂണിയൻ സോഷ്യലിസ്റ്റ് ഭരണക്രമത്തിൽ നേടിയ പുരോഗതി പല രാജ്യങ്ങളിലും സോഷ്യലിസ്റ്റ് വിപ്ലവങ്ങളുണ്ടാക്കി. 1949–ൽ ചൈനയിലും സോഷ്യലിസ്റ്റ് വ്യവസ്ഥ വിപ്ലവത്തിലൂടെ നിലവിൽ വന്നു. സോഷ്യലിസ്റ്റ് രാജ്യങ്ങളുടെ എണ്ണത്തിലെ വളർച്ച മുതലാളിത്ത രാജ്യങ്ങൾക്ക് ഭീഷണിയാവുകയും അത് രണ്ടുചേരികളും തമ്മിലുള്ള 'ശീതയുദ്ധ'ത്തിന് കാരണമാവുകയും ചെയ്തു. സോവിയറ്റ് യൂണിയനും അമേരിക്കയുമാണ് ഈ രണ്ടുചേരികളുടെ തലവന്മാരായിരുന്നത്. നാസിസവും ഫാസിസവും സാമ്രാജ്യത്വ ഭീകരതയുടെ പുതിയ മുഖങ്ങളായിരുന്നു. ഇവയുണ്ടാക്കിയ പ്രത്യാഘാതത്തിലായിരുന്നു ലോകവ്യവസ്ഥ. ശാസ്ത്ര–സാങ്കേതിക മേഖലയിലുണ്ടായ മാറ്റങ്ങൾ, സോവിയറ്റ് യൂണിയന്റെ വളർച്ച, ബഹിരാകാശ ഗവേഷണം, ആഫ്രിക്കയിലെ സ്വാതന്ത്ര്യ സമരപോരാട്ടങ്ങൾ, വംശീയതയ്ക്കെതിരെയുള്ള മുന്നേറ്റങ്ങൾ, മുതലാളിത്ത ഭീകരത, അമേരിക്കയുടെ നേതൃത്വത്തിൽ ജനാധിപത്യ–സോഷ്യലിസ്റ്റ് വ്യവസ്ഥകൾക്കെതിരെ നടന്ന പരസ്യ–രഹസ്യ പോരാട്ടം തുടങ്ങിയ സംഭവങ്ങൾ ഈ കാലത്തെ സവിശേഷതകളാണ്.

ന്യൂറംബർഗ് വിചാരണ: 1945–1946

ജർമൻ നാസിപ്രസ്ഥാനത്തിന്റെ ജൂതവിരുദ്ധ നടപടികളുടെ ആസ്ഥാനമായിരുന്ന ന്യൂറംബർഗ് (Nuremberg) രണ്ടാം ലോകമഹായുദ്ധാനന്തരം നാസി പ്രവർത്തകരുടെ വിചാരണാകേന്ദ്രമായി. 1945 നവംബർ മാസത്തിൽ ആരംഭിച്ച യുദ്ധക്കുറ്റവാളികളുടെ വിചാരണ 1946 ഒക്ടോബർ വരെ നീണ്ടുനിന്നു. ഇന്റർ നാഷണൽ മിലിട്ടറി ട്രൈബ്യൂ

ണൽ ആയിരുന്നു വിചാരണ നടത്തിയത്. നാസിക്യാമ്പുകളിലെ സ്പെഷ്യൽ സ്ക്വാഡ് (SS) പ്രവർത്തകർ ആയിരുന്നു വിചാരണയ്ക്ക് വിധേയരായവരിൽ ഭൂരിപക്ഷവും. ഇത്തരം വിചാരണകൾ ടോക്കിയോ, റഷ്യൻ നഗരങ്ങൾ, യൂഗോസ്ലാവിയ എന്നിവിടങ്ങളിലും നടന്നു.

ഇന്ത്യയിൽ നാവിക കലാപം: 1946

1946 ഫെബ്രുവരി 18-ന് ബോംബെയിലെ റോയൽ ഇന്ത്യൻ നേവിയിൽ 'എച്ച് എം എസ് തൽവാർ' എന്ന കപ്പലിലെ ഇന്ത്യൻ നാവികർ പണിമുടക്ക് ആരംഭിച്ചു. ഇന്ത്യക്കാരുടെ ജനാധിപത്യ അവകാശങ്ങളെ പുച്ഛിച്ച ബ്രിട്ടീഷ് ഉദ്യോഗസ്ഥനെതിരായാണ് കലാപം ആരംഭിച്ചത്. ഐ എൻ എ ഭടന്മാരുടെ വിചാരണയും സ്വാതന്ത്ര്യസമര ആവേശവും നാവിക തൊഴിലാളികളെ പണിമുടക്കിന് പ്രേരിപ്പിച്ചു. അറസ്റ്റുകൾക്കും വെടിവയ്പ്പിനും കാരണമായ നാവിക കലാപം മറ്റ് യൂണിറ്റുകളിലേക്കും വ്യാപിച്ചു. തൊഴിലാളികളും വിദ്യാർഥികളും നാവിക തൊഴിലാളികൾക്ക് പിന്തുണ പ്രഖ്യാപിച്ച് സമരരംഗത്തിറങ്ങി. കമ്യൂണിസ്റ്റ് പാർട്ടി പൊതു പണിമുടക്കിന് ആഹ്വാനം ചെയ്തു. ഇന്ത്യയിൽ കോളനിവാഴ്ചയുടെ അന്ത്യമടുത്തുവെന്ന് തെളിയിച്ച സംഭവമായിരുന്നു 1946-ലെ നാവിക കലാപം.

തെലങ്കാനാ സമരം: 1946

ഹൈദരാബാദിലെ തെലങ്കാനാ പ്രദേശത്തെ പലക്കൂർ ഗ്രാമത്തിലെ ജന്മിമാരുടെ തേർവാഴ്ചയ്ക്കെതിരെ കമ്യൂണിസ്റ്റ് പാർട്ടിയുടെ നേതൃത്വത്തിൽ കർഷകർ നടത്തിയ ഐതിഹാസിക സമരമാണിത്. ഹൈദരാബാദ് നൈസാം ഭരിക്കുന്ന തെലുങ്കാന ജില്ലയിൽ ജന്മിമാർക്കും ഗുണ്ടകൾക്കും എതിരെ സമരം ഊർജിതമായി. 'പെട്ടി' എന്ന അടിമ ജോലിക്കെതിരെ ആന്ധ്രാ മഹാസഭയും കമ്യൂണിസ്റ്റ് പാർട്ടിയും കർഷകരെ സംഘടിപ്പിച്ചു. ഭരണകർത്താക്കളും ജന്മിമാരും പട്ടാളത്തിന്റെ സഹായത്തോടെ കർഷകമുന്നേറ്റത്തെ അടിച്ചൊതുക്കുവാൻ രംഗത്തിറങ്ങി. മൂന്ന് വർഷത്തെ ചെറുത്തുനിൽപ്പിനു ശേഷം 1951 ഒക്ടോബർ ഇരുപതിനാണ് സമരം അവസാനിച്ചത്. ഈ കാലത്ത് പട്ടാളത്തിന്റെയും ഗുണ്ടാസംഘങ്ങളുടെയും തേർവാഴ്ചയാണ് തെലുങ്കാനയിൽ അരങ്ങേറിയത്. എന്നാൽ ഇതേസമയം കർഷകർ ഭൂമി പിടിച്ചെടുത്ത് ഗ്രാമസ്വരാജ് രീതിയിൽ പല സ്ഥലങ്ങളിലും കൃഷി ആരംഭിച്ചിരുന്നു. പി സുന്ദരയ്യ, സി രാജേശ്വര റാവു, എം ബസവപുന്നയ്യ എന്നിവരാണ് ഈ മുന്നേറ്റത്തിന് നേതൃത്വം നൽകിയത്. ഇന്ത്യൻ ജന്മിത്ത വ്യവസ്ഥയ്ക്ക് ശക്തമായ താക്കീത് നൽകിയ സമരമാണ് തെലങ്കാനാ സമരം.

ജവാഹർലാൽ നെഹ്റു ഇന്ത്യയുടെ പ്രധാനമന്ത്രി: 1947

1947 ആഗസ്ത് 15-ന് ഇന്ത്യ സ്വതന്ത്ര രാജ്യമായി. ഏറെക്കാലം നീണ്ടുനിന്ന വിവിധ ജനകീയ മുന്നേറ്റങ്ങളിലൂടെയാണ് ബ്രിട്ടൻ ഇന്ത്യയിലെ കോളനിഭരണം അവസാനിപ്പിക്കാൻ തീരുമാനിച്ചത്. ബഹുമുഖ മുന്നേറ്റമായിരുന്ന ഇന്ത്യൻ സ്വാതന്ത്ര്യസമരപ്രസ്ഥാനത്തിൽ കർഷകരും വിദ്യാർഥികളും തൊഴിലാളികളും വിവിധ പ്രസ്ഥാനങ്ങളും സ്തുത്യർഹമായ പങ്കുവഹിച്ചു. ഇന്ത്യൻ നാഷണൽ കോൺഗ്രസിനൊപ്പം, കമ്യൂണിസ്റ്റ് പ്രസ്ഥാനവും വിപ്ലവപ്രസ്ഥാനങ്ങളും കർഷകത്തൊഴിലാളി സംഘടനകളും സമാനതകളില്ലാത്ത സംഭാവന നൽകിയിട്ടുണ്ട്. ആദ്യ പ്രധാനമന്ത്രിയായി ജവാഹർലാൽ നെഹ്റു അധികാരമേറ്റത് ലോകചരിത്രത്തിലെ സുപ്രധാന സംഭവമാണ്. വിദേശകാര്യം, പ്രതിരോധം എന്നീ വകുപ്പുകളുടെ ചുമതലയായിരുന്നു നെഹ്റുവിനുണ്ടായിരുന്നത്. ആഗസ്ത് 14-ന് 'വിധിക്കെതിരെയുള്ള പോരാട്ടം' എന്ന പ്രസംഗം ആവർത്തിച്ചുകൊണ്ടാണ് സ്വതന്ത്ര ഇന്ത്യയെ നെഹ്റു അഭിസംബോധന ചെയ്തത്.

ഗാട്ട് (GATT) നിലവിൽ വരുന്നു: 1947

General Agreement on Tariffs and Trade കരാർ പ്രകാരം ഏകദേശം 100 അംഗരാജ്യങ്ങളോടെ 1947-ൽ ഗാട്ട് സംഘടന നിലവിൽവന്നു. മുതലാളിത്തത്തെയും ആഗോളവൽക്കരണത്തെയും പരിപോഷിപ്പിക്കുന്നതിനായി ഈ സംഘടന നിരവധി കൂടിയാലോചനകൾ നടത്തുകയുണ്ടായി. 'ഉറുഗ്വേ റൗണ്ട്', 'കെന്നഡി റൗണ്ട്' എന്നീ പേരുകളിലാണ് ഈ ചർച്ചകൾ അറിയപ്പെടുന്നത്.

ജവാഹർലാൽ നെഹ്റു എന്ന ഭരണാധികാരി: 1947–1964

ബ്രിട്ടീഷ് ഗവണ്മെന്റിൽനിന്ന് അധികാരമേറ്റെടുത്ത ജവാഹർലാൽ നെഹ്റു വർഗീയതയുടെയും ഇന്ത്യാ-പാകിസ്ഥാൻ വിഭജനത്തിന്റെയും മുറിവുകളിൽനിന്നാണ് ഇന്ത്യയെ നയിച്ചത്. സോഷ്യലിസ്റ്റ് കാഴ്ചപ്പാടുകളുടെ പിൻബലത്തിൽ ഇന്ത്യയെ 1950 ജനുവരിയിൽ ഒരു റിപ്പബ്ലിക് രാഷ്ട്രമാക്കുന്നതിലും, സുശക്തമായ ഭരണഘടന തയാറാക്കുന്നതിലും, പഞ്ചവത്സര പദ്ധതികൾ നടപ്പിലാക്കുന്നതിലും, സാമ്രാജ്യത്വ ചേരിയുമായി കൂട്ടുചേരാതെ ചേരിചേരാനയം വിപുലപ്പെടുത്തുന്നതിലും ജവാഹർലാൽ നെഹ്റു വിജയിച്ചു. 1956-ലെ സംസ്ഥാന പുനഃസംഘടനാനിയമം പാസാക്കിക്കൊണ്ട് സംസ്ഥാനങ്ങളെ പുനർനിർണയം നടത്തിയതും മികച്ച നേട്ടമായിരുന്നു. ഇന്ത്യയുടെ പുരോഗതിക്കാവശ്യമായ അടിസ്ഥാനമേഖല പൊതു ഉടമസ്ഥതയിൽത്തന്നെ സ്ഥാപിച്ചെടുക്കുന്നതിൽ നെഹ്റുവിന്റെ സോഷ്യലിസ്റ്റ് ദർശനങ്ങൾ കാര്യമായ പങ്കുവഹിച്ചു. 1964 മെയ് 27-ന് നിര്യാതനാകുമ്പോൾ സ്വാതന്ത്ര്യലബ്ധി കാലഘട്ട

ത്തിൽനിന്ന് ഏറെ മാറിയ ഇന്ത്യയെയാണ് നെഹ്റു നയിച്ചിരുന്നത്. ദാരിദ്ര്യവും വികസനത്തിലെ അസന്തുലിതാവസ്ഥയും ഭൂപ്രഭുത്വത്തിന്റെ ഭരണവും ഇന്ത്യയുടെ ശാപമായി തുടരുന്നത് അക്കാലങ്ങളിലെ നയത്തിൽ വന്ന പാളിച്ചകൾ മൂലമായിരുന്നു. 1959-ൽ കേരള സംസ്ഥാനത്തെ ജനാധിപത്യ ഗവണ്മെന്റായ ഇ എം എസ് മന്ത്രിസഭയെ പിരിച്ചുവിട്ട നെഹ്റുവിന്റെ നടപടിയും അദ്ദേഹത്തിന്റെ സൽപ്പേരിന് കേടുപാടുണ്ടാക്കി.

കോമിൻഫോം (Cominform): 1947

കമ്യൂണിസ്റ്റ് ഇൻഫർമേഷൻ ബ്യൂറോ അഥവാ കോമിൻഫോം 1947-ൽ നിലവിൽ വന്ന, കമ്യൂണിസ്റ്റ് പാർട്ടികളുടെ സംഘടനയാണ്. സോവിയറ്റ് യൂണിയൻ, യൂഗോസ്ലാവിയ, ഇറ്റലി, ഫ്രാൻസ്, പോളണ്ട്, ചെക്കോസ്ലോവാക്യ, റുമാനിയ, ഹംഗറി, ബൾഗേറിയ തുടങ്ങിയവർ ഈ കൂട്ടായ്മയിലെ അംഗങ്ങളായിരുന്നു. 1956 വരെ നിലനിന്ന ഈ സംഘടന അമേരിക്കൻ-മുതലാളിത്ത ആധിപത്യത്തിനെതിരെ ചെറുത്തുനിൽപ്പ് സംഘടിപ്പിക്കാൻ ഒത്തൊരുമിച്ച് പ്രവർത്തിച്ചു.

ബാത്ത് പാർട്ടി (Ba'ath Party): 1947

ബാത്ത് പാർട്ടി (Arab Socialist Renaissance Party) അറബ് രാജ്യങ്ങളിലാണ് 1930കളിൽ നിലവിൽവന്നത്. സിറിയ ആസ്ഥാനമായി ബാത്ത് പാർട്ടി 1947-ൽ ഒരു രാഷ്ട്രീയ പാർട്ടിയായി. 1963-ൽ ഇവർ സിറിയയിൽ അധികാരം പിടിച്ചെടുത്തു. 1968-ൽ രാഷ്ട്രീയ അട്ടിമറിയിലൂടെ ഇറാഖിലും ബാത്ത് പാർട്ടി അധികാരികളായി. 1971 മുതൽ ഈ രാജ്യത്ത് ബാത്ത് പാർട്ടിയെ നയിച്ചത് സദ്ദാം ഹുസൈൻ ആയിരുന്നു. ബാത്ത് പാർട്ടിക്ക് ജോർദാൻ, ലെബനോൺ എന്നിവിടങ്ങളിലും നേരിയ സ്വാധീനമുണ്ടായിരുന്നു.

ശ്രീലങ്കൻ സ്വാതന്ത്ര്യം: ഫെബ്രുവരി 4, 1948

1505-ൽ ലോറൻസോ ഡീ അൽമേഡ (Lorenzo de Almeda)യുടെ നേതൃത്വത്തിൽ പോർച്ചുഗീസ് കച്ചവടക്കാർ എത്തിച്ചേർന്നതു മുതൽ ശ്രീലങ്ക വിദേശീയ മേധാവിത്വത്തിനടിമപ്പെട്ടു. 1665 ആയപ്പോൾ ഡച്ച് ഈസ്റ്റ് ഇന്ത്യാ കമ്പനിയുടെ നിയന്ത്രണത്തിലായ ശ്രീലങ്ക 1796 വരെ ഡച്ച് ആധിപത്യത്തിന് വിധേയമായി. ഫ്രഞ്ച് വിപ്ലവകാലത്ത് ഫ്രഞ്ച് അധീനതയിലായിരുന്ന നെതർലാന്റും ബ്രിട്ടനും തമ്മിൽ നടന്ന പോരാട്ടത്തിന്റെ ഫലമായി 1796-ൽ ശ്രീലങ്ക ബ്രിട്ടീഷ് കോളനിയായി. 1818-ൽ ഉണ്ടായ ബ്രിട്ടീഷ് വിരുദ്ധ കലാപത്തെ അടിച്ചമർത്തി ഇംഗ്ലീഷ് മേധാവിത്വം സിലോണിൽ ദൃഢമായി. ഇംഗ്ലീഷ് ഭാഷ, പുതിയ ഭരണരീതി, സാമ്പത്തിക ചൂഷണം, വംശീയ മേൽക്കോയ്മ, കാപ്പി, തേയില, റബർ തോട്ടങ്ങളുടെ ആവിർഭാവം എന്നിവ ശ്രീലങ്കയുടെ സ്വഭാവത്തിൽ മാറ്റം

വരുത്തി. ക്രിസ്തുമത പരിവർത്തനശ്രമങ്ങൾ ശ്രീലങ്കയിലെ ബുദ്ധമതത്തെയും ഹൈന്ദവാചാരങ്ങളെയും സാരമായി ബാധിച്ചു.

ഒന്നാം ലോകമഹായുദ്ധകാലത്ത് ദേശീയ ബോധത്തിന്റെ തണലിൽ സ്വാതന്ത്ര്യസമര മുന്നേറ്റങ്ങൾ ശ്രീലങ്കയിൽ സജീവമായി. കോളോണിയൽ ആധുനികതയ്ക്കൊപ്പം വളർന്നുവന്ന മധ്യവർഗമായിരുന്നു രാഷ്ട്രീയ-സാമൂഹിക മാറ്റങ്ങൾക്കായി വാദിച്ചിരുന്നത്. 1947-ൽ 'സിലോൺ ഇൻഡിപെൻഡൻസ് ആക്ട്' പാസാക്കിയ ബ്രിട്ടീഷ് ഗവണ്മെന്റ് ശ്രീലങ്കയ്ക്ക് 'ആശ്രിത രാജ്യ പദവി' എന്ന നിലയ്ക്ക് ഭാഗിക സ്വാതന്ത്ര്യം അനുവദിച്ചു. എന്നാൽ സമീപരാജ്യങ്ങളായ ഇന്ത്യയും മറ്റും പൂർണ സ്വാതന്ത്ര്യത്തിലേക്ക് നീങ്ങിയതോടെ സ്വാതന്ത്ര്യസമര മുന്നേറ്റം ശ്രീലങ്കയിലും സജീവമായി. അതിനെത്തുടർന്ന് ശ്രീലങ്ക 1948 ഫെബ്രുവരി 4-ന് പൂർണ സ്വതന്ത്ര രാജ്യമായി.

ഇസ്രയേൽ രൂപംകൊള്ളുന്നു: മെയ് 1948

ഓട്ടോമൻ സാമ്രാജ്യത്തിന്റെ ഭാഗമായിരുന്നു 1918 വരെയും ഇസ്രയേൽ. ഒന്നാം ലോകമഹായുദ്ധത്തെത്തുടർന്ന് ബ്രിട്ടീഷ് നിയന്ത്രണത്തിലായ ഈ പ്രദേശം അറബ്-ജൂത സംഘട്ടനങ്ങളുടെ വേദിയായി. 1948 മെയ് 14-ന് ബ്രിട്ടൻ ഈ പ്രദേശത്തുനിന്ന് പിൻമാറിയതോടെ ഇസ്രയേൽ എന്ന രാഷ്ട്രം നിലവിൽവന്നു. ലോകത്ത് ചിതറിക്കിടന്നിരുന്ന ജൂതവംശജരുടെ സ്വപ്നമായിരുന്നു ഇസ്രായേലിന്റെ രൂപീകരണം. രണ്ടാം ലോകമഹായുദ്ധകാലത്ത് ജൂതന്മാർക്കെതിരെ വംശീയ യുദ്ധം പ്രഖ്യാപിച്ച അഡോൾഫ് ഹിറ്റ്ലർ നിരവധി ജൂതവംശജരുടെ കൊലപാതകത്തിന് കാരണക്കാരനായി. എന്നാൽ ഇസ്രയേൽ രാഷ്ട്രം നിലവിൽവന്നതോടെ സമീപ പ്രദേശമായ പലസ്തീനിനെ വേട്ടയാടുന്ന നയം തുടങ്ങുകയാണ് ഇവർ ചെയ്തത്. ഗാസാ പ്രദേശത്തെ പലസ്തീൻ വംശജരുടെ നിരവധി അംഗങ്ങൾ ഇവരുടെ ആക്രമണത്തിൽ കൊല്ലപ്പെട്ടു. അറബ്-ഇസ്രയേൽ യുദ്ധപരമ്പരയ്ക്ക് ഈ തർക്കങ്ങൾ കാരണമായി. സിയോണിസം (zionism) എന്ന പേരിൽ പലസ്തീൻ അധിനിവേശനയം ഇസ്രയേൽ ഇന്നും തുടരുകയാണ്. ചുരുക്കിപ്പറഞ്ഞാൽ നിരവധി മതങ്ങളുടെ ഉത്ഭവ കേന്ദ്രമായ ഭൂമി ഇന്ന് സംഘർഷ പ്രദേശമായിരിക്കുന്നു. സ്ത്രീകളും കുഞ്ഞുങ്ങളും ജീവനുവേണ്ടി യാചിക്കുമ്പോൾ മതമേലാളന്മാർ ആധിപത്യത്തിനായി ആയുധങ്ങൾക്ക് മൂർച്ച കൂട്ടുകയാണിവിടെ.

ടോജോ ഹിഡേക്കി: 1948

രണ്ടാം ലോകമഹായുദ്ധ കാലത്ത് ജപ്പാൻ പ്രധാനമന്ത്രിയായിരുന്ന ടോജോ ഹിഡേക്കി (Tojo Hidecki, 1884-1948) 1948-ൽ യുദ്ധക്കുറ്റവാളി എന്ന നിലയിൽ വിചാരണകളെത്തുടർന്ന് വധശിക്ഷയ്ക്ക് വിധേയനായി. 1884-ൽ ജനിച്ച ഹിഡേക്കി പട്ടാളക്കാരൻ, സൈനിക മേധാവി, പട്ടാള

വകുപ്പ് മന്ത്രി എന്നീ പദവികളിൽ കൂടിയാണ് ജപ്പാനിലെ നേതാവായത്. ജപ്പാനെ രണ്ടാം ലോകമഹായുദ്ധത്തിലേക്ക് വലിച്ചിഴച്ചതിലും നിരവധി പേരുടെ മരണത്തിനിടയാക്കിയതിലും ഇദ്ദേഹം കാരണക്കാരനായി എന്ന നിലയ്ക്കാണ് യുദ്ധകോടതി ശിക്ഷ നടപ്പിലാക്കിയത്.

മഹാത്മാഗാന്ധിയുടെ വധം: 1948

ഇന്ത്യൻ സ്വാതന്ത്ര്യ സമരത്തിന്റെ അമരക്കാരനായിരുന്ന മഹാത്മാ ഗാന്ധി 1948 ജനുവരി 30-ന് ഹൈന്ദവ തീവ്രവാദികളുടെ വെടിയേറ്റ് കൊല്ലപ്പെട്ടു. അഹിംസ, സത്യഗ്രഹം, നിസ്സഹകരണം, നിയമലംഘനം എന്നീ സമരമുറകളിലൂടെ സാമ്രാജ്യത്വത്തെ നേരിട്ട മോഹൻദാസ് കരംചന്ദ് ഗാന്ധി ലോകത്തിനുതന്നെ മാതൃകയായ വ്യക്തിത്വമായിരുന്നു. നിരവധി തവണ ബ്രിട്ടീഷ് അധികാരികളുടെ തടവുശിക്ഷയ്ക്ക് വിധേയനായ ഗാന്ധിജി, ദക്ഷിണാഫ്രിക്കൻ സ്വാതന്ത്ര്യ പ്രസ്ഥാനത്തിന്റെ ആദ്യകാല നേതാവ് കൂടിയായിരുന്നു. ഇന്ത്യൻ സ്വാതന്ത്ര്യ സമരത്തെ ജനകീയ മുന്നേറ്റമാക്കുന്നതിൽ സുപ്രധാന പങ്കുവഹിച്ചത് മഹാത്മാഗാന്ധിയായിരുന്നു. വർഗീയതയെ നിശിതമായി എതിർത്തിരുന്ന മഹാത്മാഗാന്ധി ഹൈന്ദവ വർഗീയവാദികളുടെ കണ്ണിലെ കരടായി മാറി. ഇക്കാരണത്താൽ സ്വാതന്ത്ര്യലബ്ധിക്കു ശേഷം നാഥുറാം വിനായക് ഗോഡ്സേയും കൂട്ടാളികളും ഈ ജനനേതാവിനെ വെടിവച്ചു കൊല്ലുകയായിരുന്നു.

മംഗോളിയൻ കമ്യൂണിസ്റ്റ് വിപ്ലവം: 1949

ചൈനീസ് കമ്യൂണിസ്റ്റ് പ്രസ്ഥാനത്തിന്റെ സമകാലികമായി മംഗോളിയയിലും കമ്യൂണിസ്റ്റ് മുന്നേറ്റം സജീവമായി. 1906-1988 കാലഘട്ടത്തിൽ ജീവിച്ചിരുന്ന ഉളാൻഹു (Ulanhu) ആയിരുന്നു മംഗോളിയയിലെ കമ്യൂണിസ്റ്റ് നേതാക്കളിൽ പ്രമുഖൻ. 1923-ൽ ചൈനീസ് കമ്യൂണിസ്റ്റ് പാർട്ടിയിൽ ചേർന്ന ഉളാൻഹു മംഗോളിയയുടെ സ്വാതന്ത്ര്യത്തിനായി പ്രവർത്തിച്ചു. ചൈനയിലെ കമ്യൂണിസ്റ്റുകളുമായി സഹകരിച്ച് ജപ്പാനെതിരെ സൈനികപ്രവർത്തനം നടത്തുന്നതിലും ഇദ്ദേഹം വ്യാപൃതനായിരുന്നു. 1949-ൽ ചൈനയിലെ കമ്യൂണിസ്റ്റ് വിപ്ലവം വിജയം കണ്ടതോടെ ഉളാൻഹു മംഗോളിയയിലെ ഭരണാധികാരിയായി. പീപ്പിൾസ് റിപ്പബ്ലിക് ഓഫ് ചൈനയിലെ ഡപ്യൂട്ടി പ്രധാനമന്ത്രി കൂടിയായിരുന്നു ഉളാൻഹു.

ഇന്ത്യ റിപ്പബ്ലിക്കായി: 1950

1950 ജനുവരി 26-ന് പുതിയ ഭരണഘടനയോടെ ഇന്ത്യ ഒരു ജനാധിപത്യ റിപ്പബ്ലിക്കൻ രാഷ്ട്രമായി. ഗവർണർ ജനറൽ പദവിക്ക് പകരം പ്രസിഡന്റ് പദവി നിലവിൽവന്നു. ജനുവരി 24-ന് സി രാജേന്ദ്രപ്രസാദ് ആദ്യ പ്രസിഡന്റായി തെരഞ്ഞെടുക്കപ്പെട്ടു. 28 സംസ്ഥാനങ്ങളുൾപ്പെ

ടുന്ന മൂന്ന് ഗ്രൂപ്പ് ഭരണ പ്രദേശങ്ങൾ ഇന്ത്യയിലുണ്ടായിരിക്കുമെന്ന് തീരുമാനിക്കപ്പെട്ടു. രാജപ്രമുഖന്മാർ, നിയമസഭകൾ, ലഫ്റ്റനന്റ് ഗവർണർമാർ എന്നിവരുടെ ഭരണ നേതൃത്വമാണ് ഈ മൂന്ന് ഗ്രൂപ്പുകൾക്കും ഉണ്ടായിരിക്കുന്നത്. 21 വയസ്സ് തികഞ്ഞ എല്ലാവർക്കും വോട്ടവകാശം പ്രഖ്യാപിക്കപ്പെട്ടു എന്നുമാത്രമല്ല അയിത്തം നിരോധിക്കപ്പെടുകയും ചെയ്തു. ദേശീയഗാനവും ദേശീയഗീതവും പ്രഖ്യാപിക്കപ്പെട്ടതും ഈ സന്ദർഭത്തിലാണ്. മഹത്തായ ഇന്ത്യൻ സ്വാതന്ത്ര്യ സമരത്തിന്റെ ലക്ഷ്യമാണ് 1950 ജനുവരി 26–ന് പൂർത്തീകരിക്കപ്പെട്ടത്.

ഇന്തോനേഷ്യൻ സ്വാതന്ത്ര്യം: 1950

1950 ആഗസ്ത് 15–നാണ് ഇന്തോനേഷ്യ സ്വതന്ത്ര രാജ്യമായത്. ഡച്ച്-ബ്രിട്ടീഷ് പട്ടാളത്തിന്റെ നിയന്ത്രണത്തിലായിരുന്നു ഇന്തോനേഷ്യ. ഡച്ച് സേനയുടെ സാന്നിധ്യം ഇന്തോനേഷ്യയുടെ പരമാധികാരത്തെ വെല്ലുവിളിക്കുന്ന വിധത്തിലായിരുന്നു. അനുകൂലമായ അവസ്ഥകളെ തകർക്കുംവിധം ഇസ്ലാമിക തീവ്രവാദവും ഇന്തോനേഷ്യയിൽ വളർന്നുവന്നു. 1948–ൽ ഡച്ച് പട്ടാളം തലസ്ഥാന നഗരിയിലടക്കം (JogJakarka) ആധിപത്യം സ്ഥാപിച്ചെങ്കിലും മധ്യസ്ഥരാജ്യങ്ങളുടെ ഇടപെടലിനെത്തുടർന്ന് ഇന്തോനേഷ്യൻ സ്വാതന്ത്ര്യസമരം ഫലപ്രാപ്തി നേടുകയായിരുന്നു.

രാഷ്ട്രീയ കൊടുങ്കാറ്റടിച്ച നേപ്പാൾ: 1950–2009

ബ്രിട്ടീഷുകാർ ഇന്ത്യ കീഴടക്കിയതോടെ നേപ്പാളിലെ റാണ (Rana) രാജകുടുംബം ബ്രിട്ടീഷുകാരുടെ ആശ്രിതരായി. ബ്രിട്ടീഷ് പട്ടാളത്തിന് ആവശ്യമായ ഗൂർഖാ പട്ടാളക്കാരെ നൽകിയിരുന്നത് നേപ്പാൾ ആയിരുന്നു. 1947–ൽ ബ്രിട്ടൻ ഇന്ത്യയിൽനിന്ന് പിന്മാറിയതോടെ റാണാ വിരുദ്ധ കലാപം നേപ്പാളിൽ ശക്തമായി. ഇന്ത്യൻ സ്വാതന്ത്ര്യസമരവുമായി ബന്ധമുണ്ടായിരുന്നവരാണ് കലാപത്തിന് നേതൃത്വം നൽകിയത്. നേപ്പാൾ രാജകുടുംബാംഗമായ ത്രിഭുവൻ രാജാവുമായി ചേർന്ന് 1950 നവംബറിൽ കലാപം രൂക്ഷമായി. ഇന്ത്യയുടെ പിന്തുണകൂടി നേടിയിരുന്ന കലാപക്കാർ റാണാ രാജാവിന്റെ പരമാധികാരം അംഗീകരിച്ചുവെങ്കിലും ജനപ്രതിനിധികൾക്ക് ഭരണത്തിൽ പങ്കാളിത്തം ഉറപ്പാക്കിയതിനെത്തുടർന്ന് കലാപം അവസാനിപ്പിച്ചു. 1959–ലെ ഭരണഘടന പ്രകാരം നേപ്പാൾ അസംബ്ലിയിലേക്ക് തിരഞ്ഞെടുപ്പ് നടന്നു. നേപ്പാളി കോൺഗ്രസ് ഈ തിരഞ്ഞെടുപ്പിൽ നേടിയ വിജയത്തെ അംഗീകരിക്കാൻ രാജഭരണത്തിന് വൈമനസ്യമുണ്ടായിരുന്നു. 1975–ൽ ബീരേന്ദ്ര രാജാവാകുന്ന ഘട്ടംവരെയും നേപ്പാളിലെ ജനാധിപത്യം ശക്തിപ്രാപിച്ചില്ല. 1990–ൽ ഇടതുപക്ഷ ശക്തികൾ സംഘടിച്ച് ജനാധിപത്യ അവകാശങ്ങൾക്കായി മുന്നേറ്റങ്ങൾ ആരംഭിച്ചു. 1990 ഏപ്രിൽ 16–ന് ഒരു ഇടക്കാല

ഐക്യ ഇടതുപക്ഷ മുന്നണി അധികാരമേറ്റു. 1991 മെയ് 21-ന് നടന്ന തിരഞ്ഞെടുപ്പിൽ നേപ്പാളി കോൺഗ്രസിന് ഭൂരിപക്ഷം ലഭിച്ചു. എന്നാൽ ഐക്യ മാർക്സിസ്റ്റ്-ഇടതുപക്ഷ മുന്നണി (United Marxist-Leftist Party - UML) 69 സീറ്റുകളോടെ പ്രധാന പ്രതിപക്ഷ കക്ഷിയായി. 1994, 1997 എന്നീ വർഷങ്ങളിൽ ഭരണാധികാരികളാവാൻ ഇടതുപക്ഷ ത്തിന് സാധിച്ചു. എന്നാൽ 1999-ൽ നടന്ന ജനകീയ പ്രക്ഷോഭങ്ങളോട നുബന്ധിച്ച് കൊട്ടാരത്തിൽ വൻ കലാപം നടക്കുകയും രാജകുടുംബാം ഗങ്ങൾ വധിക്കപ്പെടുകയും ചെയ്തു.

2008 മെയ് 28വരെ നേപ്പാൾ രാജഭരണത്തിൻ കീഴിലായിരുന്നു. എന്നാൽ ഇന്ന് ജനാധിപത്യ സഭയുടെ നിയന്ത്രണത്തിലാണ് ഈ രാജ്യം. 1990 മുതൽ 1996 വരെയുണ്ടായിരുന്ന പാർലമെന്ററി രാജഭരണം മാവോ യിസ്റ്റ് അട്ടിമറിയിലൂടെ തകരുകയായിരുന്നു. 2001 ൽ നടന്ന രാജകൊട്ടാ രത്തിലെ വൻകൊലപാതകങ്ങൾക്കുശേഷം പാർലമെന്റ് ഇല്ലാത്ത ലോക തന്ത്ര ആന്തോളൻ ഭരണമാണ് നടന്നത്. 1990 ൽ ബീരേന്ദ്ര രാജാവ് ജനാധിപത്യഅവകാശങ്ങൾ ചെറിയ തോതിൽ അനുവദിച്ചതോടെ ചരി ത്രഗതി മാറാൻ തുടങ്ങി. രാജാവിന്റെ നിയന്ത്രണത്തിൽ പ്രവർത്തിച്ചി രുന്ന ജനാധിപത്യ ഗവൺമെന്റുകൾക്ക് പലപ്പോഴും കാലാവധി തികയ് ക്കാൻ സാധിച്ചിട്ടില്ല. 1994 ൽ നേപ്പാൾ കമ്യൂണിസ്റ്റ് പാർട്ടി വോട്ടെടു പ്പിൽ വിജയിച്ചത് ഏഷ്യൻ ചരിത്രത്തിലെ സുപ്രധാന സംഭവമാണ്. മൻമോഹൻ അധികാരി നേപ്പാളിന്റെ കമ്യൂണിസ്റ്റ് സർക്കാരിനെ നയി ക്കാൻ തിരഞ്ഞെടുക്കപ്പെട്ടു. 2007 ഡിസംബർ 23ന് രാജഭരണം പൂർണ മായും ഇല്ലാതായി. 240 വർഷം നിലനിന്ന നേപ്പാളിലെ ഏകാധിപത്യ-രാജഭരണത്തെ ഇല്ലാതാക്കിയത് ശക്തമായ കമ്യൂണിസ്റ്റ് മുന്നേറ്റമായി രുന്നു. 2008 മെയ് മാസത്തിലാണ് നേപ്പാളിലെ ആദ്യസ്വതന്ത്ര ജനാധി പത്യ തിരഞ്ഞെടുപ്പ് നടന്നത്. ഈ തിരഞ്ഞെടുപ്പിൽ കമ്യൂണിസ്റ്റ് പാർട്ടി ഓഫ് നേപ്പാൾ (മാവോയിസ്റ്റ്) 220 സീറ്റും കമ്യൂണിസ്റ്റ് പാർട്ടി ഓഫ് നേപ്പാൾ (യൂണിഫൈഡ് മാർക്സിസ്റ്റ്-ലെനിനിസ്റ്റ്) 103 സീറ്റും നേടി. 1949 ൽ സ്ഥാപിതമായതുമുതൽ കമ്യൂണിസ്റ്റ് പ്രസ്ഥാനം നേപ്പാളിൽ ജനകീയ പ്രവർത്തനങ്ങളിൽ സജീവമായിരുന്നു. വലതുപക്ഷ വാദിക ളായ നേപ്പാളി കോൺഗ്രസിനോടും രാജഭരണ വാദക്കാരോടും ഏറ്റു മുട്ടിയാണ് കമ്യൂണിസ്റ്റ് മുന്നേറ്റം നേപ്പാളിൽ ശക്തിയാർജിച്ചത്.

വംശീയ വിവേചനം (apartheid): 1950

ലോകത്തിലാകമാനം പ്രത്യേകിച്ചും ആഫ്രിക്കയിൽ കറുത്ത വംശ ജർക്കെതിരെ വെള്ളക്കാരും അവരുടെ ഭരണകൂടവും വളരെക്കാലം മുൻപ് ആരംഭിച്ച വിവേചനവും വേർപെടുത്തി നിർത്തലും (apartness) ആണ് അപ്പർത്തീഡ്. ആഫ്രിക്കയിലും മറ്റും യൂറോപ്യൻ കോളനിവൽക്ക രണം ഊർജിതമായതോടെ കറുത്ത വർഗക്കാർ അടിമകളാക്കപ്പെട്ടു.

നെൽസൺ മണ്ഡേല

എന്നാൽ 1950–ൽ ദക്ഷിണാഫ്രിക്കയിൽ നടപ്പിലായ 'പോപ്പുലേഷൻ രജിസ്ട്രേഷൻ ആക്ട്' പ്രകാരം ഈ വിവേചനത്തിന് നിയമസാധുത ലഭിച്ചു. 1950–ലെ 'ഗ്രൂപ്പ് ഏരിയാസ് ആക്ട്' പ്രകാരം നഗര–ഗ്രാമ പ്രദേശങ്ങളിൽ കറുത്തവർഗക്കാർക്ക് പ്രത്യേക താമസസ്ഥലങ്ങൾ അനുവദിക്കപ്പെട്ട് വെള്ളക്കാരിൽനിന്ന് മാറ്റി നിർത്താൻ തുടങ്ങി. ഭൂനിയമങ്ങൾ, ബണ്ട് സ്വയംഭരണ നിയമം, Bantu Homelands Citizenship Act എന്നിവ നടപ്പിലാക്കി വംശീയ വിവേചനം ശക്തമായി നടപ്പിലാക്കപ്പെട്ടു. 1976–ലെ സ്വേറ്റോ കലാപം ഈ വിവേചനത്തിനെതിരായിട്ടായിരുന്നു. അന്താരാഷ്ട്ര സമൂഹം ഈ വിവേചനങ്ങളെ കടുത്ത ഭാഷയിൽ എതിർക്കാൻ തുടങ്ങി. സമ്പത്തിലും അവസരങ്ങളിലും കറുത്തവരെ ചൂഷണം ചെയ്യുവാനാണ് ഈ വംശീയ വിവേചനം ഉപയോഗപ്പെടുത്തിയിരുന്നത്. 1950കളിൽ ആഫ്രിക്കൻ നാഷണൽ കോൺഗ്രസിന്റെ നേതൃത്വത്തിൽ വംശീയ മേൽക്കോയ്മയ്ക്കെതിരെ ജനമുന്നേറ്റം ആരംഭിച്ചു. മഹാത്മാഗാന്ധിയുടെ ആശയങ്ങൾ കടമെടുത്ത് നെൽസൺ മണ്ഡേല (Nelson Mandela), ഒലിവർ ടാംബോ (Oliver Tambo), ആൽബർട്ട് ലുത്തുള്ളി (Albert Lutuli) തുടങ്ങിയവരാണ് ഈ പ്രതിരോധപ്രസ്ഥാനം നയിച്ചത്. തടവറ ജീവിതത്തിനും മർദനങ്ങൾക്കും ഇരയായ കറുത്തവംശജർ അക്രമാസക്തരായി ഗാന്ധിയൻ മൂല്യങ്ങളിൽനിന്ന് വ്യതിചലിക്കാനും തയാറായി. 1973–ൽ ഐക്യരാഷ്ട്ര സംഘടന വംശീയ വിവേചനത്തെ 'മനുഷ്യവംശത്തിനെതിരായ ആക്രമണം' എന്ന് വിശേഷിപ്പിച്ചു. പ്രക്ഷോഭങ്ങളെത്തുടർന്ന് 1991–ൽ വംശീയ വിവേചന നിയമങ്ങൾ ഇല്ലാതാവാൻ തുടങ്ങി. 1994 മെയ് 10ന് നെൽസൺ മണ്ഡേല ആഫ്രിക്കയുടെ പ്രസിഡന്റായത് വംശീയ വിവേചനത്തെ ദുർബലപ്പെടുത്തി.

കൊറിയൻ യുദ്ധം: 1950

വടക്കൻ–തെക്കൻ കൊറിയകൾ തമ്മിലുള്ള ശത്രുത രൂക്ഷമാകുന്നത് ശീതയുദ്ധ കാലത്താണ്. അമേരിക്കൻ പിന്തുണയോടെ ദക്ഷിണ കൊറിയയും, ചൈനീസ് പിന്തുണയോടെ വടക്കൻ കൊറിയയും പോരാട്ടത്തിലേർപ്പെട്ടു. 1950–53 കാലത്ത് നടന്ന യുദ്ധത്തിൽ നിരവധി ജന

ങ്ങളും പട്ടാളക്കാരും വധിക്കപ്പെടുകയുണ്ടായി. 1950 ജൂൺ 25ന് ആരംഭിച്ച യുദ്ധത്തിൽ അമേരിക്കൻ പട്ടാളവും, ഐക്യരാഷ്ട്ര സംഘടനയിലെ അംഗരാഷ്ട്രങ്ങളുടെ സേനയും പങ്കെടുത്തു. വടക്കൻ കൊറിയക്കായി ചൈനീസ് റെഡ് ആർമി രംഗത്ത് വന്നതോടെ ഈ പുറംലോക പട്ടാളക്കാർക്ക് പിൻവാങ്ങേണ്ടിവന്നു. അതിർത്തിരേഖകൾ നിശ്ചയിച്ചുകൊണ്ട് യുദ്ധം 1953-ൽ താൽക്കാലികമായി അവസാനിച്ചെങ്കിലും ഇരുരാജ്യങ്ങളും തമ്മിലുള്ള തർക്കം ഇന്നും തുടരുകയാണ്. അമേരിക്കൻ വിദേശനയത്തിന്റെ ഏഷ്യൻ പരിപാടികൾ നിശ്ചയിക്കപ്പെടുന്നതിലെ സുപ്രധാന വിഷയമാണ് കൊറിയൻ പ്രശ്നം.

ഇന്ത്യയിലെ ഒന്നാം പഞ്ചവത്സര പദ്ധതി: 1951

സ്വാതന്ത്ര്യാനന്തര ഭാരതത്തിന്റെ പ്രശ്നങ്ങളെ അതിജീവിക്കാൻ സോവിയറ്റ് യൂണിയന്റെ മാതൃകയിൽ 1951-ൽ ഇന്ത്യയിൽ ആസൂത്രണ കമീഷൻ ഒന്നാം പഞ്ചവത്സര പദ്ധതി പ്രഖ്യാപിച്ചു. ദേശീയ വരുമാനവും ജീവിത നിലവാരവും ഉയർത്തുക, ഭക്ഷ്യോൽപ്പാദനം വർധിപ്പിക്കുക, തൊഴിലവസരങ്ങൾ ഇരട്ടിയാക്കുക തുടങ്ങി കാർഷിക മേഖലയ്ക്ക് ഊന്നൽ നൽകിയതായിരുന്നു 1951-56ലെ ഒന്നാം പഞ്ചവത്സര പദ്ധതി. ഇതിന്റെ പൊതു അടങ്കൽ തുക 2378 കോടി രൂപയായിരുന്നു. ഇതിന്റെ ഫലമായി ദേശീയ വരുമാനം 18 ശതമാനവും ആളോഹരി വരുമാനം 10.5ശതമാനവും വർധിച്ചു. ഭക്ഷ്യോൽപ്പാദനം 500 ലക്ഷം ടണ്ണിൽനിന്ന് 650 ലക്ഷം ടണ്ണായി. വ്യവസായ ഉൽപ്പാദനം 40 ശതമാനം വർധിച്ചു. 3100 കോടി രൂപയുടെ മൂലധന നിക്ഷേപം പൊതുമേഖലയിലും സ്വകാര്യമേഖലയിലും നേടാനായി.

ഏഷ്യൻ ഗെയിംസ് ആരംഭിച്ചു: 1951

ഏഷ്യാഡ് അഥവാ ഏഷ്യൻ ഗെയിംസ് ആരംഭിച്ചത് 1951-ലാണ്. മാർച്ച് 4-ന് ന്യൂഡൽഹിയിൽ വച്ച് ആദ്യ ഏഷ്യാഡ് ഇന്ത്യൻ രാഷ്ട്രപതി ഡോ. രാജേന്ദ്ര പ്രസാദ് ഉൽഘാടനം ചെയ്തു. 11 രാജ്യങ്ങളിൽനിന്നായി 489 അത്ലറ്റുകൾ ഈ ഗെയിംസിൽ പങ്കെടുത്തു. ജപ്പാനായിരുന്നു മെഡൽ നിലയിൽ ഒന്നാംസ്ഥാനം. കൊല്ലം സ്വദേശി എരോൾ ഡിക്ലേസ് ആണ് ഏഷ്യൻ ഗെയിംസിൽ പങ്കെടുത്ത ആദ്യ മലയാളി.

2010 ലെ ഏഷ്യൻ ഗെയിംസിന്റെ ചിഹ്നം

ജൂതർക്ക് നഷ്ടപരിഹാരം: 1951

1951 ഡിസംബർ മാസത്തിൽ രണ്ടാം ലോകമഹായുദ്ധകാലത്തെ ജൂതപീഡനത്തിന് നഷ്ടപരിഹാരം നൽകുന്നത് സംബന്ധിച്ച ചർച്ച ഇസ്രയേലും പശ്ചിമജർമനിയും ആരംഭിച്ചു. ഇസ്രയേലി പ്രസിഡന്റ് ചയീം വീഡ്മാൻ തന്റെ രാജ്യത്തിന്റെ സാമ്പത്തിക ദുരിതം തീർക്കാൻ ഈ നഷ്ടപരിഹാരം വേണമെന്ന നിലപാടുകാരനായിരുന്നു. ജർമനി–ഇസ്രയേൽ കരാറിനെതിരെ ടെൽ അവീവിലും മറ്റും ശക്തമായ പ്രതിഷേധമുണ്ടാക്കി. 1952 സെപ്തംബറിൽ ഒപ്പുവച്ച അന്തിമ കരാറനുസരിച്ച് ഇസ്രയേലിന് 8200 ലക്ഷം യു എസ് ഡോളറിന് സമാനമായ സമ്പത്ത് ഇസ്രയേലിനും, 1070 ലക്ഷം ഡോളർ മറ്റു രാജ്യങ്ങളിലെ ജൂതർക്കും നൽകാൻ ധാരണയായി.

സ്വതന്ത്ര ഇന്ത്യയിലെ ആദ്യ തിരഞ്ഞെടുപ്പ്: 1952

1952 ഫെബ്രുവരി 24ന് ലോകസഭയിലേക്കും സംസ്ഥാന നിയമസഭകളിലേക്കുമുള്ള ആദ്യ പൊതുതിരഞ്ഞെടുപ്പ് അവസാനിച്ചു. ലോകസഭയിലെ 489 സീറ്റിലേക്കാണ് മത്സരമുണ്ടായത്. നാഷണൽ കോൺഗ്രസിന് 363 സീറ്റ് കിട്ടിയപ്പോൾ കമ്യൂണിസ്റ്റ് പാർട്ടിയും സഖ്യകക്ഷികളും 41 സീറ്റ് നേടി മുഖ്യ പ്രതിപക്ഷമായി. നെഹ്റു പ്രധാനമന്ത്രിയും, ജി വി മാവ്ലങ്കർ ആദ്യ ലോകസഭാ സ്പീക്കറുമായി.

അമേരിക്കയുടെ ഹൈഡ്രജൻ ബോംബ്: 1952

ലിറ്റിൽ മാൻ, ഫാറ്റ്മാൻ (Little man, fat man) എന്നീ ആറ്റം ബോംബുകൾ ഉപയോഗിച്ച് നിരവധി മനുഷ്യരെ നശിപ്പിക്കുവാൻ സാധിച്ച അമേരിക്ക അതിനെക്കാൾ കാര്യശേഷിയുള്ള ബോംബുകൾ നിർമിക്കാൻ ശാസ്ത്ര ഗവേഷണം നടത്തിയതിന്റെ ഫലമായി 1952–ൽ ഹൈഡ്രജൻ ബോംബ് നിർമിച്ചു. H-Bomb എന്നറിയപ്പെടുന്ന ഇതിന് മുൻ ആണവ ബോംബുകളെക്കാൾ എത്രയോ ശക്തി കൂടുതലാണ്.

പോറ്റി ശ്രീരാമലുവിന്റെ രക്തസാക്ഷിത്വം: 1952

പോറ്റി ശ്രീരാമലു

ഇന്ത്യയിൽ ഭാഷാ സംസ്ഥാനങ്ങൾ വേണമെന്ന ആവശ്യം സജീവമായത് തെലുങ്ക് ഭാഷ സംസാരിക്കുന്ന ജനങ്ങൾക്ക് ആന്ധ്ര സംസ്ഥാനം വേണമെന്ന നിലപാടിൽ നിരാഹാരം അനുഷ്ഠിച്ച് രക്തസാക്ഷിയായ പോറ്റി ശ്രീരാമലുവിന്റെ ത്യാഗത്തിന് ശേഷമാണ്. 1952 ഡിസംബർ ആറിനാണ് ശ്രീരാമലു രക്തസാക്ഷിയാ

യത്. പരുത്തിത്തുണി വ്യവസായത്തിനും ഖാദി പ്രസ്ഥാനത്തിനും വേണ്ടി പ്രവർത്തിച്ച ഉത്തമ ഗാന്ധി ശിഷ്യനായിരുന്നു ശ്രീരാമലു. 1953 ഒക്ടോബർ 1–ന് മദ്രാസ് സംസ്ഥാനത്തിലെ 11 തെലുങ്ക് മേഖലാ ജില്ലകൾ ചേർത്ത് ആന്ധ്രാ സംസ്ഥാനം രൂപീകരിച്ചു. 1956 നവംബർ 1–ന് ഹൈദരാബാദിലെ 9 ജില്ലകൾ കൂടിച്ചേർത്ത് ഹൈദരാബാദ് തലസ്ഥാനമാക്കി ആന്ധ്ര സംസ്ഥാനം വികസിപ്പിച്ചു. ഇന്ത്യയിൽ ഭാഷാസംസ്ഥാനങ്ങൾക്കായുള്ള മുന്നേറ്റത്തെ വിജയത്തിലെത്തിക്കുവാൻ ശ്രീരാമലുവിന്റെ രക്തസാക്ഷിത്വം വഴിതെളിയിച്ചു.

ബൊളീവിയൻ വിപ്ലവത്തിന്റെ വിജയം: 1952

പട്ടാളമേധാവിത്വത്തിനെതിരെ ബൊളീവിയയിൽ ജനകീയ മുന്നേറ്റം നടന്നു. ഡോ. വിക്ടർ പാസ് എസ്റ്റെൻ സോറോ നയിച്ച നാഷണൽ റവല്യൂഷണറി മൂവ്മെന്റിന് കീഴിൽ കർഷകരും ഖനി തൊഴിലാളികളും ഉണർന്നെണീറ്റ് പട്ടാള തേർവാഴ്ചയെ നേരിട്ടു. വിപ്ലവം ജയിച്ച ബൊളീവിയയിൽ ഡോ. എസ്റ്റെൻ സോറോ ആദ്യ പ്രസിഡന്റായി. ഭൂപരിഷ്കരണവും പ്രായപൂർത്തി വോട്ടവകാശവും സമ്പത്തിന്റെ ദേശസാൽക്കരണവും നടപ്പിലാക്കിയ ബൊളിവീയ പുതിയ കാലത്തിലേക്ക് വഴിമാറി സഞ്ചരിച്ചു.

ഇടതുപക്ഷ സർക്കാരിനെ അട്ടിമറിക്കാൻ സി ഐ എ: 1954

ഗ്വാട്ടിമാലയിൽ തിരഞ്ഞെടുപ്പിലൂടെ അധികാരത്തിലെത്തിയ ഇടതുപക്ഷക്കാരനായ പ്രസിഡന്റ് ജാക്കബോ അർബെൻസ് ഗുസ്മാൻ സി ഐ എ ഗൂഢാലോചനയെത്തുടർന്ന് രാജിവച്ചു. രാജ്യത്ത് ഭൂപരിഷ്കരണം നടപ്പിലാക്കിയ നേതാവായിരുന്നു അർബെൻസ്. അമേരിക്കൻ സ്ഥാപനമായ യുണൈറ്റഡ് ഫ്രൂട്ട് കമ്പനിയുടെ 234000 ഏക്കർ സ്ഥലം അർബെൻസ് പിടിച്ചെടുത്ത് കർഷകർക്ക് വിതരണം ചെയ്തിരുന്നു. ഗ്വാട്ടിമാലൻ വലതുപക്ഷക്കാരെ സ്വാധീനിച്ച് പട്ടാളസഹായം വാഗ്ദാനം ചെയ്താണ് സി ഐ എ അമേരിക്കൻ മുതലാളിമാർക്കുവേണ്ടി അർബെൻസിനെ താഴെയിറക്കാൻ ശ്രമിച്ചത്. അമേരിക്കൻ ആയുധങ്ങൾ ഉപയോഗിച്ച് വലതുപക്ഷക്കാർ ഗ്വാട്ടിമാലയിൽ ആക്രമണം നടത്തി. അർബെൻസ് രാജിവച്ചപ്പോൾ അമേരിക്കൻ പാവയായ കേണൽ കാർലോസ് കാസ്റ്റിലോ പട്ടാള സഹായത്തോടെ ഏകാധിപത്യം സ്ഥാപിച്ചു. അർബെൻസ് നടപ്പിലാക്കിയ മിനിമം കൂലി, ദരിദ്രർക്ക് ഭൂമി, സമരം ചെയ്യാനുള്ള അവകാശം, അഭിപ്രായ സ്വാതന്ത്ര്യം തുടങ്ങിയവയെല്ലാം അട്ടിമറിക്കപ്പെട്ടു.

ഇന്ത്യാ-റഷ്യൻ സൗഹൃദം: 1955

അമേരിക്കൻ ഏകാധിപത്യത്തെ വെല്ലുവിളിച്ച് ഇന്ത്യാ-റഷ്യൻ ബന്ധം ശക്തമായി. 1955 ജൂൺ 7-ന് പ്രധാനമന്ത്രി നെഹ്റു സോവിയറ്റ് യൂണിയന്റെ ക്ഷണമനുസരിച്ച് റഷ്യ ഔദ്യോഗികമായി സന്ദർശിച്ചു. മോസ്കോ, ലെനിൻ ഗ്രാഡ്, വോൾഗാ ഗ്രാഡ് തുടങ്ങിയ സ്ഥലങ്ങൾ സന്ദർശിച്ച നെഹ്റു റഷ്യയുടെ വ്യവസായ മുന്നേറ്റം നിരീക്ഷിച്ചു. ജൂൺ 22ന് ഇന്ത്യയും സോവിയറ്റ് യൂണിയനും തന്ത്രപരമായ കരാറുകളിൽ ഒപ്പുവച്ചു. നവംബർ 18-ന് നിക്കോളെ ബുൾഗാനിൻ, നികിതാ ക്രൂഷ്ചേവ് എന്നിവരടങ്ങിയ സോവിയറ്റ് സംഘം ഇന്ത്യ സന്ദർശിച്ചു.

സൂയസ് പ്രതിസന്ധി (Suez Crisis): 1956

1956 ജൂലൈ 26ന് ഈജിപ്ഷ്യൻ പ്രസിഡന്റ് അബ്ദുൾ നാസർ (Gamal Abdil Nasser) സൂയസ് കനാൽ ദേശസാൽക്കരിച്ചതോടെ മധ്യ -കിഴക്കൻ ഏഷ്യയിൽ പ്രതിസന്ധി ഉടലെടുത്തു. ഫ്രഞ്ച് ബ്രിട്ടീഷ് താൽപ്പര്യങ്ങൾ സംരക്ഷിക്കുന്ന സൂയസ് കനാൽ കമ്പനിയാണ് ഈ കനാൽ നിയന്ത്രിച്ചിരുന്നത്. ഈജിപ്റ്റ് സോവിയറ്റ് യൂണിയനുമായുണ്ടാക്കിയിരുന്ന സൗഹൃദത്തെ തകർക്കുന്നതിന് ഈജിപ്റ്റിലെ അസ്വാൻ ഹൈഡാം നിർമാണത്തിന് അമേരിക്കയും ബ്രിട്ടനും നൽകാമെന്നേറ്റ ധനസഹായം നൽകാത്തതിനെത്തുടർന്നാണ് സൂയസ് കനാൽ ദേശസാൽക്കരിക്കാൻ അബ്ദുൾ നാസർ തീരുമാനിച്ചത്.

കേരള സംസ്ഥാനം നിലവിൽ വന്നു: 1956

'മലയാളികളുടെ മാതൃഭൂമി'യെന്ന് ഇ എം എസ് വിശേഷിപ്പിച്ച കേരള സംസ്ഥാനം 1956 നവംബർ 1-ന് നിലവിൽ വന്നു. ഇന്ത്യയുടെ സ്വാതന്ത്ര്യമെന്ന ആവശ്യത്തോടൊപ്പം മലയാളികൾ ആഗ്രഹിച്ച ഒന്നായിരുന്നു കേരളത്തിന്റെ രൂപീകരണം. മലബാർ, കൊച്ചി, തിരുവിതാംകൂർ എന്നിവ കൂട്ടിച്ചേർത്താണ് കേരള സംസ്ഥാനം ഉണ്ടായത്. ഇതിൽ തിരു-കൊച്ചി സംസ്ഥാനം 1949 ജൂലൈ 1-ന് നിലവിൽവന്നിരുന്നു. എന്നാൽ പഴയ തിരുവിതാംകൂറിന്റെ തോവാള, അഗസ്തീശ്വരം, കൽക്കുളം, വിളവൻകോട് എന്നിവയും ചെങ്കോട്ടയുടെ കുറേഭാഗവും തമിഴ്നാടിന്റേതായി. ദക്ഷിണ കാനറയിലെ കാസർഗോഡ് കേരളത്തോട് കൂട്ടിച്ചേർത്തു. ഐക്യകേരള പ്രസ്ഥാനത്തെ ശക്തിപ്പെടുത്തിയ ഗ്രന്ഥമാണ് ഇ എം എസ് രചിച്ച *കേരളം മലയാളികളുടെ മാതൃഭൂമി.*

ചെഗുവേര ക്യൂബയിലെത്തുന്നു: 1956

Ernesto Guevara de la Serna (1928-1967) എന്ന ചെഗുവേര അർജന്റീനയിലാണ് ജനിച്ചത്. 1955-ൽ മെക്സിക്കോയിൽവച്ച് ഫിദൽ

ചെഗുവേര

കാസ്ട്രോയുമായി ചേരുകയും 1956–ൽ ക്യൂബയിൽ എത്തുകയും ചെയ്തു. ഇതുവഴി ക്യൂബൻ വിപ്ലവത്തിന്റെ സായുധ പോരാളി സംഘത്തലവനാകാൻ ചെഗുവേരയ്ക്കായി. ലാറ്റിനമേരിക്കയിൽ മാത്രമല്ല, ലോകത്തെവിടെയുമുള്ള പോരാളികൾക്ക് എക്കാലവും ഊർജവും ആവേശവും നൽകുന്നതായിരുന്നു ചെഗുവേരയുടെ ജീവിതവും പ്രവർത്തനവും.

ക്യൂബയെ മോചിപ്പിക്കുന്നതിൽ കാസ്ട്രോയോടൊപ്പം ചെഗുവേര പ്രധാന പങ്കുവഹിക്കുകയും, 1959 മുതൽ 1964 വരെ കാസ്ട്രോ മന്ത്രിസഭയിൽ അംഗമായിരിക്കുകയും ചെയ്തു. പിന്നീട് ബൊളീവിയയെ വിമോചിപ്പിക്കുന്നതിനായി ക്യൂബ വിടുകയും 1967 ഒക്ടോബർ 9–ന് ബൊളീവിയൻ പട്ടാളക്കാർ അദ്ദേഹത്തെ വെടിവച്ച് കൊല്ലുകയും ചെയ്തു. ലോക ഇടതുപക്ഷ മുന്നേറ്റത്തിന് പുതിയ മുഖം നൽകിയ ചെഗുവേരയുടെ ഗറില്ലാ വിപ്ലവതന്ത്രവും അടിച്ചമർത്തപ്പെട്ട തൊഴിലാളിവർഗത്തിന്റെ സിദ്ധാന്തമായി മാറുകയായിരുന്നു.

പോളിയോ വാക്സിൻ: 1956

നിരവധി മനുഷ്യർക്ക് ദുരിതജീവിതം സമ്മാനിച്ച പോളിയോ രോഗത്തിനെതിരെ ഫലപ്രദമായ പ്രതിരോധ ഔഷധം ഉണ്ടായത് 1956–ലാണ്. 1952–ൽ ജോണാസ് സാൾക്ക് (Jonas Salk) ഒരു പ്രതിരോധ മരുന്ന് വികസിപ്പിച്ചെടുത്തിരുന്നു. 1954 മുതൽ വർധിച്ച തോതിൽ ഈ പ്രതിരോധമരുന്ന് ലോകത്ത് ഉപയോഗിക്കാൻ തുടങ്ങി. എന്നാൽ 1956–ൽ ആൾബർട്ട് സാബിൻ (Albert Sabin) നിർമിച്ച പോളിയോ വാക്സിൻ വിലകുറഞ്ഞതും കൂടുതൽ ഫലപ്രദവും തുള്ളിമരുന്നായി ഉപയോഗിക്കാവുന്നതുമായതിനാൽ പോളിയോ രോഗത്തെ നിയന്ത്രിക്കുവാൻ സാധിച്ചു. 1957 മുതൽ ലോകത്തിലാകമാനം ഈ പ്രതിരോധമരുന്ന് പ്രചരിപ്പിക്കുവാൻ ലോകാരോഗ്യസംഘടന തീരുമാനിച്ചു.

എ കെ ജി ഇന്ത്യയിലെ പ്രതിപക്ഷനേതാവ്: 1957

1957 ഫെബ്രുവരിയിൽ ലോകസഭയിലേക്ക് രണ്ടാം തിരഞ്ഞെടുപ്പ് നടന്നു. ലോകസഭയിലെ 371 സീറ്റുകൾ കോൺഗ്രസ് നേടി. കമ്യൂണിസ്റ്റ് പാർട്ടി 27 സീറ്റുകൾ നേടി ഏറ്റവും വലിയ പ്രതിപക്ഷ പാർട്ടിയായി.

കമ്യൂണിസ്റ്റ് പാർട്ടിക്ക് വൻ വോട്ടുവർധനവാണ് ഈ തിരഞ്ഞെടുപ്പിലുണ്ടായത്. കമ്യൂണിസ്റ്റ് പാർട്ടി നേതാവും 'പാവങ്ങളുടെ പടത്തലവൻ' എന്ന് അറിയപ്പെട്ടിരുന്നതുമായ എ കെ ഗോപാലൻ ഇന്ത്യൻ ലോകസഭയിലെ പ്രതിപക്ഷ നേതാവായി തിരഞ്ഞെടുക്കപ്പെട്ടു.

ലോകം ശ്രദ്ധിച്ച കേരളത്തിലെ തിരഞ്ഞെടുപ്പ്: 1957

1957 ഫെബ്രുവരിയിൽ കേരളത്തിലെ ഒന്നാം മന്ത്രിസഭ രൂപീകരിക്കുന്നതിനുള്ള തിരഞ്ഞെടുപ്പ് നടന്നു. കമ്യൂണിസ്റ്റ് പാർട്ടിക്ക് വൻ സ്വാധീനമുണ്ടായിരുന്ന പ്രദേശമായിരുന്നതുകൊണ്ടും, ശീതയുദ്ധ കാലഘട്ടത്തിലെ തിരഞ്ഞെടുപ്പ് എന്ന നിലയ്ക്കും ലോകം ഉറ്റുനോക്കിയ തിരഞ്ഞെടുപ്പായിരുന്നു കേരളത്തിലേത്. 126 സ്ഥാനങ്ങൾക്ക് വേണ്ടി നടന്ന മത്സരത്തിൽ 60 സീറ്റുകൾ കമ്യൂണിസ്റ്റ് പാർട്ടി കരസ്ഥമാക്കി. കമ്യൂണിസ്റ്റ് പാർട്ടി പിന്തുണച്ച അഞ്ച് സ്വതന്ത്രന്മാർകൂടി വിജയിച്ചതോടെ ഇന്ത്യൻ രാഷ്ട്രീയത്തിന്റെ ഗതി മാറ്റുവാൻ ശേഷിയുള്ള കമ്യൂണിസ്റ്റ് സർക്കാർ അധികാരത്തിൽ വരുമെന്ന് ഉറപ്പായി. 1957 ഏപ്രിൽ 5-ന് ഇ എം എസ് നമ്പൂതിരിപ്പാട് മുഖ്യമന്ത്രിയായി കമ്യൂണിസ്റ്റ് സർക്കാർ അധികാരത്തിൽ വന്നു. ഐക്യകേരളത്തിലെ ആദ്യ മന്ത്രിസഭയായിരുന്നു ഇത്. തിരഞ്ഞെടുപ്പിൽ ഏത് മാർഗത്തിലൂടെയും കമ്യൂണിസ്റ്റ് പാർട്ടിയെ പരാജയപ്പെടുത്തുക എന്ന തന്ത്രം നടപ്പിലാക്കാൻ ശ്രമിച്ച സി ഐ എ, ജാതി-ജന്മിത്ത-മുതലാളിത്ത ശക്തികൾക്കേറ്റ കനത്ത പ്രഹരമായിരുന്നു ഈ തൊഴിലാളി പ്രസ്ഥാനത്തിന്റെ വിജയം.

ഗാനയുടെ സ്വാതന്ത്ര്യം: 1957

ഗോൾഡ് കോസ്റ്റ്-ബ്രിട്ടീഷ് ടോഗോലാന്റ് എന്നറിയപ്പെട്ടിരുന്ന ഗാന സ്വതന്ത്രരാജ്യമായത് 1957 മാർച്ച് 6-നാണ്. ടോഗോലാന്റ് ജർമൻ കോളനിയായിരുന്നു. എന്നാൽ ഒന്നാം ലോകമഹായുദ്ധത്തിന് ശേഷം ടോഗോലാന്റിനെ ഫ്രാൻസും ബ്രിട്ടനും പകുത്തെടുക്കുകയാണ് ചെയ്തത്. ഗോൾഡ് കോസ്റ്റ് ആദ്യകാല ബ്രിട്ടീഷ് കോളനിയായിരുന്നു. ഖ്വാമേ എൻക്രുമയുടെ (Kwame Nkrumah) നേതൃത്വത്തിലാണ് ഗാനയിൽ സ്വാതന്ത്ര്യസമരം നടന്നത്. എൻക്രുമ ആദ്യ പ്രസിഡന്റായി തിരഞ്ഞെടുക്കപ്പെടുകയും 1966 വരെ അധികാരത്തിൽ തുടരുകയും ചെയ്തു.

അൽ-ഫത്താഹ് (al-Fatah): 1958

പലസ്തീനിയൻ ലിബറേഷൻ മൂവ്മെന്റ് അഥവാ അൽ-ഫത്താഹ് യാസർ അറഫാത്തിന്റെ (Yasir Arafat) നേതൃത്വത്തിൽ 1958-ൽ സ്ഥാപി

തമായി. 1964 മുതൽ ഇസ്രായേൽ നടത്തുന്ന ക്രൂരതകൾക്കെതിരെ ഒളിപ്പോർ യുദ്ധം തുടങ്ങാൻ ഈ സംഘടന തീരുമാനിച്ചു. 1969–ൽ അൽ-ഫത്താഹ് പലസ്തീൻ ലിബറേഷൻ ഓർഗനൈസേഷനുമായി (PLO) ചേർന്ന് പ്രവർത്തിച്ചു തുടങ്ങി.

പെലെ എന്ന ലോകഫുട്ബോളിലെ രാജകുമാരൻ: 1958

പെലെ എന്ന ഫുട്ബോൾ മാന്ത്രികനെ ലോകം ശ്രദ്ധിക്കുന്നത് 1958–ൽ നടന്ന ലോകകപ്പ് ഫുട്ബോൾ മത്സരത്തോടെയാണ്. ഈ മത്സരത്തിൽ ശക്തന്മാരായ സ്വീഡനെ 5–1 ന് ബ്രസീൽ തകർത്തു. ഇതിൽ രണ്ട് ഗോളുകൾ നേടിയത് 17 കാരനും എഡ്സൺ അരാന്റ്സ് ഡുനാസിമെന്റോ എന്ന പെലെ ആയിരുന്നു. ഷൂപോളീഷുകാരനായി ദരിദ്രജീവിതം നയിച്ച പെലെ 1994–ലാണ് ഫുട്ബോൾ കളിക്കളത്തിൽനിന്ന് വിരമിച്ചത്. 1994–ൽ ഇദ്ദേഹം ബ്രസീലിലെ കായികവകുപ്പ് മന്ത്രിയായി. ഫുട്ബോൾ രംഗത്തെ വിസ്മയമാണ് അന്നും ഇന്നും പെലെ.

പെലെ

അമേരിക്കൻ ചാരന്മാർ കേരളത്തിൽ: 1959

വിദ്യാഭ്യാസ പരിഷ്കരണം, വിദേശ ഉടമകളുടെ തോട്ടം ദേശസാൽക്കരണം, ഭൂപരിഷ്കരണം, ഭരണപരിഷ്കാരം തുടങ്ങിയവയിലൂടെ 1957–ലെ കേരളത്തിലെ ഇ എം എസ് സർക്കാർ ലോകശ്രദ്ധ നേടിയപ്പോൾ ഇന്ത്യൻ മുതലാളിത്തം മാത്രമല്ല അമേരിക്കൻ ഭരണകൂടവും കേരളത്തെ നിരീക്ഷിക്കാൻ തുടങ്ങി. 1957 ഏപ്രിൽ 11–ന് എല്ലാ കുടിയൊഴിപ്പിക്കലുകളും നിരോധിച്ചുകൊണ്ട് ജന്മിത്തത്തിന് കനത്ത പ്രഹരമേൽപ്പിച്ചത് ജാതി–ജന്മിത്ത ശക്തികളെ ഞെട്ടിച്ചു. ഇടതുപക്ഷ സർക്കാരുകളെ അട്ടിമറിക്കുന്ന ദൗത്യം ഏറ്റെടുത്ത സി ഐ എ കേരളത്തിലുമെത്തി. ഗ്വാട്ടിമാലയിലെ ഇടതുപക്ഷ സർക്കാരിനെ അട്ടിമറിച്ചതിന് ശേഷം അടുത്ത ദൗത്യം കേരളത്തിലെ ഇ എം എസ് സർക്കാരിനെ നശിപ്പിക്കുക എന്നതായിരുന്നു . ശീതസമരത്തിന്റെ പശ്ചാത്തലത്തിൽ സി ഐ എ സ്പോൺസർ ചെയ്ത 'വിമോചനസമരം' കേരളത്തിൽ അരങ്ങേറി. അമേരിക്കയുടെ ഇന്ത്യൻ അംബാസിഡറായിരുന്നു പാട്രിക്

മൊയ്നിഹാൻ 1978–ൽ എഴുതിയ *A Dangerous Place* എന്ന ഗ്രന്ഥം ഈ അട്ടിമറി പ്രവർത്തനം വിശദമാക്കുന്നുണ്ട്. അമേരിക്കൻ അദൃശ്യകരങ്ങൾ പ്രവർത്തിച്ചതിന്റെ ഫലമായി ജവാഹർലാൽ നെഹ്റുവിന്റെ ഗവണ്മെന്റ് 1959–ൽ ഇ എം എസ് സർക്കാരിനെ പിരിച്ചുവിട്ടു. ഇന്ത്യൻ ജനാധിപത്യത്തിന്റെ ചരിത്രത്തിലെ കറുത്ത ഏടായിരുന്നു ഈ സംഭവം.

ക്യൂബൻ വിപ്ലവം: 1959

ഏകാധിപതിയായിരുന്ന ബാറ്റിസ്റ്റയുടെ (Fulgencio Batista) ഭരണത്തിനെതിരെ ഫിദൽ കാസ്ട്രോയുടെ (Fidel Castro) നേതൃത്വത്തിൽ നടന്ന ഐതിഹാസിക പോരാട്ടത്തിന്റെ ഫലമായാണ് ക്യൂബ സ്വതന്ത്ര രാഷ്ട്രമായത്. 1959 ജനുവരി 8–ന് ഹവാനയിൽ അധികാരം സ്ഥാപിച്ച് കാസ്ട്രോ ക്യൂബയെ ഒരു സോഷ്യലിസ്റ്റ് രാഷ്ട്രമാക്കി മാറ്റി. നിരവധി ലാറ്റിൻ അമേരിക്കൻ രാജ്യങ്ങൾക്ക് വിമോചനപാത തെളിയിച്ചത് ഈ വിപ്ലവമായിരുന്നു. അമേരിക്കൻ ആധിപത്യത്തെയും സാമ്രാജ്യത്വ–മുതലാളിത്ത ശക്തികളെയും നേരിടുന്നതിൽ ക്യൂബ എന്ന ചെറുരാഷ്ട്രം വേറിട്ട പ്രവർത്തനം കൈക്കൊണ്ടു.

വർണവിവേചനത്തിന്റെ രക്തസാക്ഷികൾ: 1960

1960 മാർച്ച് 21–ന് ദക്ഷിണാഫ്രിക്കയിലെ നീഗ്രോ പട്ടണമായ ഷാർപ്പ്‌വില്ലയിൽ പ്രകടനം നടത്തിയ നീഗ്രോ വംശജർക്ക് നേരെ വെള്ളക്കാരുടെ പട്ടാളം വെടിവച്ചതിന്റെ ഫലമായി 69 പേർ മരിച്ചു. 178 പേർക്ക് ഗുരുതരമായ പരിക്കേറ്റു. ഈ സംഭവം ലോകത്തിലാകമാനം വർണവിവേചനത്തിനെതിരെ കോലാഹലങ്ങളുണ്ടാക്കി. ദക്ഷിണാഫ്രിക്കയിലെ സർക്കാർ ആഫ്രിക്കൻ നാഷണൽ കോൺഗ്രസിനെ നിരോധിച്ചു എന്നത് മാത്രമല്ല 20,000 നീഗ്രോകളെ ജയിലിലടച്ചു. കറുത്ത വർഗക്കാർ അക്രമസമരത്തിലേക്ക് നീങ്ങി.

മഡഗാസ്കർ സ്വതന്ത്ര രാജ്യമായി: 1960

ദക്ഷിണാഫ്രിക്കയുടെ കിഴക്കൻ തീരത്തുള്ള മഡഗാസ്കർ (Madagascar) 1960 ജൂൺ 30–നാണ് സ്വാതന്ത്ര്യം നേടിയത്. 1958 വരെ ഈ രാജ്യം ഫ്രഞ്ച് കോളനിയായിരുന്നു. 1975–ലാണ് ഈ രാജ്യം 'Democratic Republic of Madagascar' എന്ന പേര് സ്വീകരിക്കുന്നത്.

സൊമാലിയ: 1960

1960 ജൂലൈ 1–ന് സോമാലി ഡമോക്രാറ്റിക് റിപ്പബ്ലിക്ക് നിലവിൽ വന്നു. അതിപുരാതനകാലത്ത് സമ്പന്നമായിരുന്ന ഈ പ്രദേശം ഇന്ന് ഏറ്റവും ദരിദ്രവൽക്കരിക്കപ്പെട്ടിരിക്കുന്നു. ഇറ്റലിയും ബ്രിട്ടണും കോള

നിയാക്കി പകുത്തെടുത്തിരുന്ന സോമാലിയായിലെ വിഭവങ്ങൾ ഏറെയും ചൂഷണം ചെയ്യപ്പെട്ടു. ഫ്രാൻസിനും സോമാലിയയിൽ കോളനിയുണ്ടായിരുന്നു. സോമാലി-എത്യോപ്യൻ യുദ്ധങ്ങൾ (1977-78) പോലെ നിരന്തര ഗോത്രയുദ്ധങ്ങൾക്കും രാഷ്ട്രീയ അസ്ഥിരതയ്ക്കും പേരുകേട്ട ഈ രാജ്യം നിരവധി പട്ടാള അട്ടിമറികൾക്കും പ്രസിദ്ധമായിരിക്കുന്നു. ഈ സംഭവങ്ങൾക്കിടയിൽ ജീവിക്കുന്ന ജനങ്ങൾ പട്ടിണിക്കും രോഗങ്ങൾക്കുമെതിരെ നിരന്തര പോരാട്ടത്തിലേർപ്പെട്ടിരിക്കുകയാണ്.

സൊമാലിയ ബാലൻ

ഗാബൺ സ്വതന്ത്ര രാജ്യമാകുന്നു: 1960

ഫ്രഞ്ച് അധിനിവേശ ആഫ്രിക്കൻ രാജ്യമായ ഗാബൺ (Gabonese Republic) 1960 ആഗസ്ത് 17-ന് സ്വതന്ത്രമായി. ലിയോൺ മാബ (Leon M'ba) ആയിരുന്നു ആദ്യ പ്രസിഡന്റ്. അദ്ദേഹത്തിനുശേഷം 1968-ൽ എൽ അദ്ജ് ഒമർ (EL Hadj Omar) പ്രസിഡന്റായി. ഇദ്ദേഹത്തിന്റെ ആദ്യപേര് ആൽബർട്ട് ബർണാർഡ് ബോംഗോ എന്നായിരുന്നു.

ബാംബൂ കർട്ടൺ: 1960

ശീതയുദ്ധ കാലഘട്ടത്തിൽ ചൈനയെ മറ്റ് രാജ്യങ്ങളിൽനിന്ന് ഒറ്റപ്പെടുത്തുന്നതിന് അമേരിക്കൻ നേതൃത്വത്തിൽ മുതലാളിത്ത രാജ്യങ്ങൾ കൈക്കൊണ്ട രഹസ്യ പ്രവർത്തനമാണ് ബാംബൂ കർട്ടൺ. പാശ്ചാത്യ രാജ്യങ്ങളിൽ ചൈന മിത്രങ്ങളുണ്ടാക്കുന്നത് തടയുകയാണ് ഈ രഹസ്യ പദ്ധതി ആവിഷ്കരിച്ചത്. എന്നാൽ 1960കളോടെ ഈ പദ്ധതി നിലംപരിശായി.

ലേസർ (Laser): 1960

Light Amplification by Stimulated Emission of Radiation അഥവാ ലേസർ സംബന്ധിച്ച സൂചനകൾ 1917-ൽ തന്നെ ആൽബർട്ട് ഐൻസ്റ്റീൻ നൽകിയിരുന്നു. എന്നാൽ ഇത് വികസിപ്പിച്ചെടുക്കാനുള്ള തന്ത്രങ്ങൾ 1950 വരെയും വിജയം കണ്ടില്ല. 1960-ൽ തിയോഡോർ ഹരോൾഡ് മെയ്മാൻ (Theodore Harold Maiman) ആദ്യത്തെ പ്രവർത്തന സജ്ജമായ ലേസർ വികസിപ്പിച്ചു. ഇതിനെത്തുടർന്ന് ലേസർവിവിധ മണ്ഡലങ്ങളിൽ ഉപയോഗിച്ചുവരുന്നു. ഭൂപട നിർമാണം, ഫോട്ടോഗ്രാഫി, ചികിത്സാരംഗം, ആശയവിനിമയം, സൈനിക മേഖല, ഗവേഷണ രംഗം തുടങ്ങി സമസ്ത മേഖലകളിലും ഇന്ന് ലേസർ ഒഴി

ച്ചുകൂടാനാവാത്ത പ്രതിഭാസമായിട്ടുണ്ട്. ഇരുപതാം നൂറ്റാണ്ടിന്റെ മികച്ച സംഭാവനകളിലൊന്നാണ് ലേസർ.

ഓപെക് (OPEC): 1960

Organisation of the Petroleum Exporting Countries അഥവാ OPEC എന്നത് പെട്രോളിയം ഉൽപ്പാദിപ്പിക്കുന്ന രാഷ്ട്രങ്ങളുടെ സംഘടനയാണ്. പെട്രോളിയം അഥവാ ഓയിൽ വില നിയന്ത്രണമെന്ന ദൗത്യത്തോടെയാണ് 1960–ൽ ഈ സംഘടന നിലവിൽ വന്നത്. അൾജീരിയ, ഇക്വഡോർ, ഗാബൺ, ഇന്തോനേഷ്യ, ഇറാൻ, ഇറാഖ്, ലിബിയ, കുവൈത്ത്, ഖത്തർ, നൈജീരിയ, സൗദി അറേബ്യ, യുണൈറ്റഡ് അറബ് എമിറേറ്റ്സ്, വെനിസ്വേല എന്നിവരാണ് ഇതിലെ അംഗങ്ങൾ. പെട്രോളിയം ആധുനിക മനുഷ്യജീവിതത്തെ നിയന്ത്രിക്കുന്ന ഉൽപ്പന്നമാകുകയും, ഈ വിഭവത്തെ കീഴടക്കാൻ അമേരിക്കൻ കമ്പനികൾ മത്സരിക്കുകയും ചെയ്യുന്ന ഇന്നത്തെ രാഷ്ട്രീയത്തിൽ ഒപെക് സംഘടനയുടെ പ്രാധാന്യം വർധിച്ചിരിക്കുന്നതായി കാണാം.

ആംനസ്റ്റി ഇന്റർ നാഷണൽ: 1961

ലണ്ടൻ ആസ്ഥാനമാക്കിയുള്ള അന്താരാഷ്ട്ര സംഘടനയാണ് ആംനെസ്റ്റി ഇന്റർനാഷണൽ. മനുഷ്യാവകാശ സംരക്ഷണ പ്രസ്ഥാനമായി ഈ സംഘടന 1961–ൽ നിലവിൽവന്നു. തടവുകാർക്ക് വേണ്ടിയും ജയിൽ പീഡനങ്ങൾക്കെതിരെയും ശബ്ദമുയർത്തിയ ആംനസ്റ്റി ഇന്റർനാഷണൽ 1977–ലെ സമാധാനത്തിനുള്ള നോബൽ സമ്മാനം കരസ്ഥമാക്കി.

ജമൈക്കയുടെ സ്വാതന്ത്ര്യം: ആഗസ്റ്റ് 6, 1962

1962 വരെ ബ്രിട്ടീഷ് കോളനിയായിരുന്ന ആഫ്രിക്കൻ രാജ്യമായ ജമൈക്ക 1962 ആഗസ്ത് 6–ന് സ്വതന്ത്ര രാജ്യമായി. കോമൺവെൽത്ത് സംഘടനയിൽ അംഗമായ ജമൈക്കയുടെ ആദ്യ പ്രധാനമന്ത്രി അലക്സാണ്ടർ ബുസ്താമെന്റ് (Alexander Bustamente) ആയിരുന്നു.

അൾജീരിയൻ സ്വാതന്ത്ര്യസമരം: 1962

ഫ്രഞ്ച് ആധിപത്യത്തിനെതിരെ രണ്ടാം ലോകമഹായുദ്ധശേഷം നാഷണൽ ലിബറേഷൻ ഫ്രണ്ടിന്റെ നേതൃത്വത്തിൽ അൾജീരിയൻ ഗറില്ലകൾ, ഗ്രാമവാസികളുമായി ചേർന്ന് 1954–ൽ സ്വാതന്ത്ര്യ സമരം ആരംഭിച്ചു. അഞ്ചു ലക്ഷത്തിലധികം വരുന്ന ഫ്രഞ്ച് പട്ടാളത്തെയാണ് ഈ അറബ് വംശജർ നേരിട്ടത്. 1958 സെപ്തംബർ മാസത്തിൽ അൾജീരി

യൻ വിപ്ലവകാരികൾ ടുനിസ് (Tunis) ആസ്ഥാനമാക്കി ഒരു താൽക്കാലിക ഭരണകൂടമുണ്ടാക്കി. ഫ്രഞ്ച് സേനയിലെ ആഭ്യന്തര കലഹം മുതലെടുത്ത് അൾജീരിയൻ സമരം വിജയത്തിലേക്ക് നീങ്ങി. അഹമ്മദ് ബെൻ ബെല്ലയുടെ (Ahmed Ben Bella) നേതൃത്വത്തിൽ ജൂലായ് 3, 1962ന് അൾജീരിയ സ്വതന്ത്രമായി.

കെനിയ റിപ്പബ്ലിക്: 1963

രണ്ടാം ലോകമഹായുദ്ധാനന്തരം ആഫ്രിക്കൻ രാജ്യങ്ങളിൽ സ്വാതന്ത്ര്യ സമര പ്രസ്ഥാനങ്ങൾ സജീവമായി. ബ്രിട്ടീഷ് അധീനതയിലായിരുന്ന കെനിയയിൽ (Kenya) ജോമോ കെനിയാട്ടയുടെ (Jomo Kenyatta) നേതൃത്വത്തിൽ നടന്ന പ്രക്ഷോഭങ്ങളുടെ ഫലമായി കെനിയ സ്വാതന്ത്ര്യത്തിലേക്ക് നടന്നടുത്തു. 1952–56 കാലത്ത് പരാജയപ്പെട്ടെങ്കിലും ശ്രദ്ധേയമായ മാവു മാവു കലാപം (Mau Mau Uprising) ഇദ്ദേഹത്തിന്റെ നേതൃത്വത്തിലാണ് നടന്നത്. 1963 ഡിസംബർ 12–ന് കെനിയ സ്വതന്ത്രമായി. ആദ്യ പ്രധാനമന്ത്രി ജോമോ കെനിയാട്ടയായിരുന്നു. 1964–ൽ രാജ്യം റിപ്പബ്ലിക് ആയതിനെത്തുടർന്ന് കെനിയാട്ട ആദ്യ പ്രസിഡന്റായി.

സൈപ്രസ് ആഭ്യന്തര കലാപം: 1964

സൈപ്രസിൽ ജീവിക്കുന്ന ഗ്രീക്ക്-തുർക്കി വംശജർ നടത്തിയ ആഭ്യന്തര കലാപമാണ് ഈ സംഭവം. ഐക്യരാഷ്ട്ര സംഘടനയുടെ ഇടപെടലോടെ 1964–ൽ ഈ കലാപങ്ങൾക്ക് താൽക്കാലിക ശാന്തിയുണ്ടായെങ്കിലും ഇതേ കാലയളവിൽ ഗ്രീസും തുർക്കിയും തമ്മിൽ യുദ്ധവുമുണ്ടായി. ഗ്രീക്ക് വംശജരുടെ ആധിപത്യം ന്യൂനപക്ഷമായ തുർക്കികളുടെ ജീവിതത്തെ സാരമായി ബാധിച്ചു.

വിയറ്റ്നാമിൽ അമേരിക്കൻ പട്ടാളം: 1964

1964 ആഗസ്ത് 7–ന് വിയറ്റ്നാമിൽ അമേരിക്ക ആക്രമണം നടത്തി. സാമ്രാജ്യത്വ ഭീകരൻ അമേരിക്ക നടത്താൻ പോകുന്ന മനുഷ്യക്കുരുതിയുടെ സമാരംഭമായിരുന്നു അത്. എന്നാൽ ഒരു ചെറുരാജ്യത്തിന്റെ ചെറുത്തുനിൽപ്പിനെത്തുടർന്ന് ഒരു വൻ രാഷ്ട്രത്തിന് പിൻവാങ്ങേണ്ടിവന്ന നാണംകെട്ട തോൽവിയുടെ തുടക്കം കൂടിയായിരുന്നു ഇത്. വിയറ്റ്നാമിലെ കമ്യൂണിസ്റ്റ് ഭരണത്തെ ഇല്ലാതാക്കുകയായിരുന്നു ഈ ആക്രമണത്തിന്റെ ലക്ഷ്യം. 16,000ത്തോളം പട്ടാളക്കാരെയാണ് ഹോച്ചിമിൻ സംഘത്തെ നേരിടാൻ അമേരിക്ക വിനിയോഗിച്ചത്. ഗറില്ലാ യുദ്ധത്തിന് മുമ്പിൽ അമേരിക്കൻ സേനയ്ക്ക് തോൽവി സമ്മതിക്കേണ്ടിവന്നു.

വിയറ്റ്നാമിൽ അമേരിക്കൻ പട്ടാളം

1975 വരെ നീണ്ടുനിന്ന ആക്രമണമാണ് സോഷ്യലിസ്റ്റ് വ്യവസ്ഥയ്ക്കെതിരെ അമേരിക്ക കംബോഡിയയിലും വിയറ്റ്നാമിലും നടപ്പിലാക്കിയത്. വിയറ്റ്നാം നടപടികൾക്കെതിരെ ലോകമെങ്ങും അമേരിക്കൻ വിരുദ്ധ പ്രക്ഷോഭണങ്ങൾ ആരംഭിച്ചു. 1965-ൽ അരലക്ഷം വരുന്ന അമേരിക്കക്കാർ പ്രതിഷേധവുമായി വാഷിങ്ടൺ നഗരത്തിൽ പ്രകടനം നടത്തി. 1966-ൽ അമേരിക്കൻ വിമാനങ്ങൾ നാപാം ബോംബുകൾ ഉപയോഗിച്ച് നിരവധി വിയറ്റ്നാം ജനങ്ങളെ കൊന്നൊടുക്കി. വിയറ്റ്നാം യുദ്ധത്തിൽ അമേരിക്കയ്ക്ക് 57,000 സൈനികരെ ബലികൊടുക്കേണ്ടിവന്നു.

ബർക്ക്‌ലി ഫ്രീ സ്പീച്ച് മൂവ്മെന്റ്: 1964

അമേരിക്കയിലെ ബർക്ക്‌ലി കോളേജ് കാമ്പസിൽ ആരംഭിച്ച ഇടതുപക്ഷ മുന്നേറ്റമാണിത്. 1960കളിൽ അമേരിക്കയിൽ പ്രത്യക്ഷപ്പെട്ട ഇടതുപക്ഷ പ്രസ്ഥാനത്തിന് കരുത്തേകിയത് ഈ കാമ്പസ് പ്രവർത്തനമാണ്. കാമ്പസുകളിൽ രാഷ്ട്രീയ ലഘുലേഖകൾ വിതരണം ചെയ്യാൻ പാടില്ലെന്ന നിബന്ധനയ്ക്കെതിരായാണ് ഈ മുന്നേറ്റം ആരംഭിച്ചത്. ഈ വിദ്യാർഥി പ്രസ്ഥാനം യുദ്ധം, വിയറ്റ്നാം ആക്രമണം, ഗവണ്മെന്റ് നിയ

ന്ത്രിത ഗവേഷണങ്ങൾ എന്നിവയ്ക്കെതിരായും ആശയപ്രചരണം നടത്തുകയുണ്ടായി.

ഗാംബിയ റിപ്പബ്ലിക്കായി: 1965

ബ്രിട്ടീഷ് കോളനിയായിരുന്ന ആഫ്രിക്കൻ രാജ്യമായ ഗാംബിയ 1963–ൽ ആഭ്യന്തര ഭരണ സ്വാതന്ത്ര്യം നേടിയെടുത്തു. 1965 ഫെബ്രുവരി 18–ന് പൂർണ സ്വതന്ത്രരാജ്യമായി. ദൌദ കയ്രബ ജവാര (Dawda Kairaba Jawara) ആയിരുന്നു 1962 മുതൽ ഗാംബിയയുടെ തലവൻ. 1982 ഫെബ്രുവരി 1–ന് അയൽ രാജ്യമായ സെനഗലുമായി (Senegal) ചേർന്ന് സെനീഗാംബിയ (Sene Gambia) എന്ന ഏകരാഷ്ട്രമായി.

സിംഗപ്പൂർ റിപ്പബ്ലിക്: 1965

1965 ആഗസ്ത് 9–ന് സിംഗപ്പൂർ ഒരു സമ്പൂർണ റിപ്പബ്ലിക്കായി. 1959 വരെ ബ്രിട്ടീഷ് കോളനിയായിരുന്ന സിംഗപ്പൂർ റിപ്പബ്ലിക് ആയതിനെത്തുടർന്ന് ബ്രിട്ടീഷ് കോമൺവെൽത്തിലെ അംഗമായി. രണ്ടാം ലോകമഹായുദ്ധ കാലത്ത് ജപ്പാൻ ഈ രാജ്യത്തെ കൈക്കലാക്കിയിരുന്നു. ലീ ക്വാൻ യൂ (Lee Kuan Yew) സിംഗപ്പൂരിന്റെ നേതാവായിരുന്നു.

മുതലാളിത്തത്തിന്റെ പേടിസ്വപ്നം ചെഗുവേര: 1965

1965–ൽ ചെഗുവേര മുതലാളിത്ത ശക്തികളെ ആശങ്കയിലാഴ്ത്തി ക്യൂബയിൽ നിന്ന് അപ്രത്യക്ഷനായി. ഈ അർജന്റീനിയൻ വിപ്ലവകാരി എവിടേക്കാണ് പോയതെന്ന് രഹസ്യമായിരുന്നു. മറ്റ് ലാറ്റിനമേരിക്കൻ രാജ്യങ്ങളിൽ ചെറുത്തുനിൽപ്പ് ഊർജിതമാക്കുകയായിരുന്നു ചെയുടെ ലക്ഷ്യം. വിപ്ലവകാരികളുടെ മാലാഖയായ ചെ, ബൊളീവിയയിലേക്കാണ് പോയതെന്ന് പിൽക്കാലത്ത് മനസിലായി. ആഫ്രിക്കയിലെ കോംഗോയിൽ മാർക്സിസ്റ്റ് ഗറില്ലകളെ സംഘടിപ്പിക്കുവാൻ ചെ എത്തിയിരുന്നതായും പറയപ്പെടുന്നു. 1967 ഒക്ടോബർ 6നാണ് ചെ ബൊളീവിയൻ പട്ടാളക്കാരുടെ വെടിയേറ്റ് രക്തസാക്ഷിയായത്. എന്നാൽ ചെഗുവേര വിപ്ലവ നക്ഷത്രമായി അടിയാളരുടെ മനസിൽ സ്ഥിരപ്രതിഷ്ഠ നേടി.

ഇന്ത്യാ–പാകിസ്ഥാൻ യുദ്ധം: 1965

1958–ലെ പട്ടാള അട്ടിമറിയിലൂടെ മുഹമ്മദ് അയൂബ്ഖാൻ പാകിസ്ഥാൻ മേധാവിയായതോടെ ഇന്ത്യക്കെതിരെ സൈനികനീക്കം നടത്താൻ ആ രാജ്യം തയാറായിക്കൊണ്ടിരുന്നു. ജനാധിപത്യ വ്യവസ്ഥയുടെ പൂർണ വളർച്ചയില്ലായ്മയും അമേരിക്കൻ പിന്തുണയും പാകിസ്ഥാന് യുദ്ധപ്രേരണ നൽകിക്കൊണ്ടിരുന്നു. 1965–ൽ റാൻ ഓഫ് കച്ച്

(Rann of Kutch) മേഖലയിൽ പട്ടാള ടാങ്കുകൾ വിന്യസിച്ചു. പാകിസ്ഥാന്റെ 'Operation Grandslam' നടപ്പിലാക്കുന്നതിനിടയ്ക്ക് ലാഹോറിനെയും സിയാൽക്കോട്ടിനെയും ലക്ഷ്യംവച്ച് ഇന്ത്യൻ പട്ടാളം 1965 സെപ്തംബർ മാസത്തിൽ രംഗത്തിറങ്ങി. സെപ്തംബർ 23–ന് ലാഹോർ ഇന്ത്യൻ പട്ടാളത്തിന്റെ ആക്രമണ വലയത്തിലായി. 1966 ജനുവരിയിൽ സോവിയറ്റ് യൂണിയന്റെ മധ്യസ്ഥതയിൽ താഷ്കെന്റിൽ (Tashkent) വച്ച് ഇന്ത്യയും പാകിസ്ഥാനും സമാധാനം പുനഃസ്ഥാപിക്കാൻ ധാരണയായി.

റൊഡ്ഡേഷ്യൻ സ്വാതന്ത്ര്യം: 1965

1965 നവംബർ 15–ന് ആഫ്രിക്കയിലെ ബ്രിട്ടീഷ് കോളനിയായിരുന്ന റൊഡേഷ്യ സ്വതന്ത്രരാജ്യമായി. കറുത്ത വർഗക്കാർക്ക് ആധിപത്യമുണ്ടായിരുന്ന വടക്കൻ റൊഡേഷ്യ സാംബിയ എന്ന പേരിലും ന്യാസാലാൻഡ് മലാവി എന്ന പേരിലും 1964–ൽ സ്വതന്ത്രമായിരുന്നു. ഈ രാജ്യത്തിന്റെ തെക്കൻ പ്രദേശത്ത് വെള്ളക്കാരുടെ ഭരണമാണ് നിലനിന്നിരുന്നത്. എന്നാൽ ഈ പ്രദേശത്ത് ഭരണം നടത്തിയിരുന്ന ഇയാൻ സ്മിത്തിന്റെ ഭരണകൂടം 1980–ൽ സ്ഥാനമൊഴിയേണ്ടി വന്നു. കറുത്ത വർഗക്കാർക്ക് അവിടെ അധികാരം ലഭിച്ചതോടെ റൊഡേഷ്യ സിംബാബ്‌വെ ആയി മാറുകയും ചെയ്തു.

ചൈനയിലെ സാംസ്കാരിക വിപ്ലവം: 1966

മൗ സെ ദൊങ്ങിന്റെ നേതൃത്വത്തിൽ ചൈന 1949–ൽ കമ്യൂണിസ്റ്റ് രാഷ്ട്രമായി എങ്കിലും ജനങ്ങൾക്കിടയിൽ അതിന് യുക്തമായ മാറ്റങ്ങൾ സംഭവിക്കുന്നതിനായി ഒരു സാംസ്കാരിക വ്യതിയാനം ആവശ്യമായിരുന്നു. 'മഹത്തായ കുതിപ്പ്', 'നൂറ് പുഷ്പങ്ങൾ വിരിയട്ടെ' എന്നീ മുദ്രാവാക്യങ്ങളിലൂടെ 1966–ൽ ആരംഭിച്ച പുതിയ മുന്നേറ്റം ചൈനയെ വികസനത്തിലേക്ക് നയിച്ചു.

ബ്ലാക്ക് പാന്തേഴ്സ്: 1966

Black Panther Party for Self defense എന്ന പേരിൽ ഹ്യൂനോട്ടൺ, ബോബി സീൽ (Huey Newton, Bobby Seale) എന്നിവർ 1966–ൽ അമേരിക്കയിലെ ഓക്ക്ലാന്റിൽ വച്ച് കറുത്ത വംശക്കാരുടെ സുരക്ഷയ്ക്കായി ഒരു പാർട്ടി രൂപീകരിച്ചു. പൊലീസ് പീഡനങ്ങളിൽനിന്ന് കറുത്ത വംശജരെ സുരക്ഷിതമാക്കുകയായിരുന്നു മുഖ്യപ്രവർത്തനം. എല്ലാ പ്രമുഖ പട്ടണങ്ങളിലും ശാഖകളുണ്ടായിരുന്നു ബ്ലാക്ക് പാന്തർ പാർട്ടി നൂറ്റാണ്ടുകളായി നടക്കുന്ന വെള്ളക്കാരുടെ പീഡനങ്ങളെ ഇല്ലാതാക്കാൻ അക്രമത്തിന്റേതായ പാത സ്വീകരിച്ചു. മാർക്സിസ്റ്റ് റവല്യൂഷണറി സ്വഭാവം കൈവരിച്ച ബ്ലാക്ക് പാന്തർ, പീഡനങ്ങൾക്ക് അമേരിക്കൻ സർക്കാർ നഷ്ടപരിഹാരം നൽകണമെന്നും വാദിച്ചു. നിരന്തര

മായ പൊലീസ് പീഡനങ്ങളും അറസ്റ്റും ഈ സംഘടനയെ തളർത്തുകയും മുഖ്യനേതാക്കന്മാരെല്ലാം ക്രിമിനൽ തടവുകാരാക്കി മാറ്റുകയും ചെയ്തതോടെ 1980 ആയപ്പോൾ ബ്ലാക്ക് പാന്തർ പാർട്ടി ഇല്ലാതായി.

ഘാനയിലെ എൻക്രൂമയ്ക്കെതിരെ സാമ്രാജ്യത്വം: 1966

1957-ൽ ഘാനയെ ബ്രിട്ടണിൽനിന്ന് മോചിപ്പിച്ച ക്വാമെ എൻക്രൂമ മുതലാളിത്ത രാജ്യങ്ങളുടെ കണ്ണിലെ കരടായിരുന്നു. എൻക്രൂമയെ ഘാനെ പ്രസിഡന്റ് പദവിയിൽനിന്ന് ഇറക്കാൻ അവർ നിരന്തരം ശ്രമിക്കുകയും വലതുപക്ഷ പിന്തിരിപ്പന്മാരെ പ്രോത്സാഹിപ്പിക്കുകയും ചെയ്തിരുന്നു. ആഫ്രിക്കൻ സ്വാതന്ത്ര്യ മുന്നേറ്റങ്ങളുടെ പ്രതീക്ഷയായിരുന്ന എൻക്രൂമ സോഷ്യലിസ്റ്റ് സഹയാത്രികനും സോവിയറ്റ്-ചൈനീസ് ഗവണ്മെന്റുകളുമായി ചങ്ങാത്തത്തിലുമായിരുന്നു. ഘാനയെ ശ്വാസംമുട്ടിക്കാൻ സാമ്പത്തിക സഹായങ്ങൾ പിൻവലിക്കാൻ മുതലാളിത്ത ശക്തികൾ തീരുമാനിച്ചിരുന്നു. 1966 ഫെബ്രുവരി മാസത്തിൽ ചൈന സന്ദർശിക്കുന്ന സമയത്ത് എൻക്രൂമയ്ക്കെതിരെ അട്ടിമറി സംഘടിപ്പിച്ച് വലതുപക്ഷക്കാർ അധികാരം പിടിച്ചെടുത്തു.

ബയാഫ്ര ക്ഷാമം: 1967

1967-69 കാലഘട്ടത്തിൽ നൈജീരിയ-ബയാഫ്ര ആഭ്യന്തര യുദ്ധത്തെത്തുടർന്ന് കനത്ത ക്ഷാമവും അതിനെത്തുടർന്നുണ്ടായ രോഗങ്ങളും ഏകദേശം ഒരു ദശലക്ഷം ബയാഫ്രൻ ജനതയെ കൊന്നൊടുക്കി. ദുരിതാശ്വാസ പ്രവർത്തകർ ബയാഫ്രക്കാരെ സഹായിക്കാനെത്തിയെങ്കിലും നൈജീരിയൻ സർക്കാരിന്റെ നിഷേധാത്മക നിലപാടിനെത്തുടർന്ന് ആ പ്രവർത്തനം നടക്കാൻ ഏറെ താമസമുണ്ടായി.

ആസിയാൻ: 1967

സാമൂഹിക-സാമ്പത്തിക, സാംസ്കാരിക സഹകരണത്തിനും, സമാധാനവും സുരക്ഷയും ഉറപ്പുവരുത്തുന്നതിനുമായി ഫിലിപ്പൈൻസ്, സിംഗപ്പൂർ, മലേഷ്യ, തായ്‌ലാന്റ്, ഇന്തോനേഷ്യ എന്നീ രാജ്യങ്ങൾ ചേർന്ന് 1967-ൽ സ്ഥാപിച്ച അന്താരാഷ്ട്ര സംഘടനാ സംവിധാനമാണ് ആസിയാൻ (Association of Southeast Asian Nations). 1984-ൽ ബ്രൂണയും (Brunei) വിയറ്റ്നാം 1995ലും, 1997-ൽ ലാവോസും മ്യാൻമാറും, 1999-ൽ കമ്പോഡിയയും ആസിയാൻ അംഗങ്ങളായി. ഏഷ്യൻ മേഖലയിലെ കൂട്ടായ്മ അന്താരാഷ്ട്ര ബലാബലങ്ങൾ നിയന്ത്രിക്കുവാൻ ആസിയാനെ സഹായിക്കുന്നുണ്ട്. ഇതിനുപുറമെ ആസിയാൻ റീജിയണൽ ഫോറം (ASEAN Regional Forum) സ്ഥാപിച്ച് 1994-ൽ നിലവിൽ വന്ന ASEAN Free Trade മേഖല പ്രഖ്യാപിക്കുവാനും ഇവർക്ക് സാധിച്ചു. വാർഷിക സമ്മേളനങ്ങൾ വിളിച്ച് വിവിധ പ്രശ്നങ്ങൾ ചർച്ച

ചെയ്യുന്ന രീതി ഇവർ തുടരുന്നു. ASEAN Regional Forum-ത്തിന്റെ. ഒന്നാം സമ്മേളനം തായ്‌ലാന്റിലെ ബാംങ്കോക്കിലാണ് നടന്നത്.

ഖൊരാനയ്ക്ക് നൊബേൽ സമ്മാനം: 1968

ഇന്ത്യാക്കാരനും അമേരിക്കൻ പൗരനുമായിരുന്ന ഹർഗോവിന്ദ് ഖൊരാന വൈദ്യശാസ്ത്രത്തിനുള്ള 1968-ലെ നൊബേൽ സമ്മാനാർഹനായി. കൃത്രിമജീനിന്റെ കണ്ടുപിടുത്തത്തിനായിരുന്നു സമ്മാനം. രവീന്ദ്രനാഥ ടാഗോറിനും സി വി രാമനും ശേഷം നൊബേൽ സമ്മാനം ലഭിക്കുന്ന മൂന്നാമത്തെ ഇന്ത്യൻ വംശജനാണ് ഖൊരാന. 1922 ജനുവരി 9-ന് റെയ്പൂരിൽ ജനിച്ച ഖൊരാന പഞ്ചാബ് സർവകലാശാലയിലായിരുന്നു പഠിച്ചത്.

മാർട്ടിൻ ലൂഥർ കിങ് ജൂനിയറിന്റെ മരണം: ഏപ്രിൽ 4, 1968

അമേരിക്കൻ കറുത്ത വർഗക്കാരുടെ വിമോചന പോരാളിയായിരുന്ന മാർട്ടിൻ ലൂഥർ (Martin Luther) 1929-ലാണ് ജനിച്ചത്. 1950കളിൽ ആരംഭിച്ച പൗരാവകാശ സമരങ്ങളിലൂടെയും അതിനുവേണ്ടി പിന്തുടർന്ന അഹിംസാ സമര തന്ത്രങ്ങളിലൂടെയും ഇദ്ദേഹം ലോകപ്രശസ്തനായി. വംശീയ മേൽക്കോയ്മയ്ക്കെതിരെ ഇദ്ദേഹം മോൺട്ഗോമറി ബസ് ബഹിഷ്കരണ സമരം (Montgomery Bus Boycott) പോലെ നിരവധി സമരങ്ങൾ ആസൂത്രണം ചെയ്തു. കറുത്തവരുടെ വിമോചന സമരങ്ങൾ നയിക്കുമ്പോൾ 'എനിക്കൊരു സ്വപ്നമുണ്ട്' (I have a dream) എന്ന പേരിൽ നടത്തിയ പ്രസംഗം മാർട്ടിൻ ലൂഥർ കിങ്ങിനെ ജനകീയനാക്കി. വിയറ്റ്നാമിൽ നിരപരാധികളെ കൊന്നൊടുക്കിയ അമേരിക്കൻ നടപടികളെ വിമർശിച്ചും സാമ്പത്തിക പൗരാവകാശങ്ങൾക്ക് വേണ്ടി വാദിച്ചും 1960കളിൽ ലൂഥർ അമേരിക്കയിലെ സജീവ സാന്നിധ്യമായി. 1968 ഏപ്രിൽ 4-ന് ഈ അധഃസ്ഥിത വർഗ നായകനെ മെൻഫിസിലെ ജെയിംസ് ഏൾ റെ എന്ന വർണവെറിയൻ വധിക്കുകയുണ്ടായി.

മനുഷ്യഹൃദയം മാറ്റിവയ്ക്കുന്നു: 1968

ലോകം ഏറെ അത്ഭുതത്തോടെ കേട്ട വാർത്തയായിരുന്നു 1968 ഡിസംബർ 3-ന് ദക്ഷിണാഫ്രിക്കയിലെ കേപ്ടൗൺ ഗ്രൂട്ട് ഷൂർ (Groote Schurr) ആശുപത്രിയിൽനിന്ന് പുറത്തുവന്നത്. ഡോക്ടർ ക്രിസ്റ്റ്യൻ ബെർണാഡും മുപ്പത് സഹായികളും ചേർന്ന് ഹൃദയം മാറ്റിവച്ച വാർത്തയാണ് പുറത്തുവന്നത്. കാറപകടത്തിൽ മരിച്ച ഡെനിസി ഡാർവാൽ എന്ന ഇരുപത്തിയഞ്ചുകാരിയുടെ ഹൃദയം ലൂയിസ് വാഷ്കൻസ്കിയെന്ന അമ്പത്തിയഞ്ചുകാരനിലേക്കാണ് ശസ്ത്രക്രിയയിലൂടെ മാറ്റിവച്ചത്. ഡെനിസിയുടെ മരണം സംഭവിക്കാത്ത ഹൃദയം ഹൃദ്രോഗം ബാധിച്ച് മരണം കാത്തുകിടന്ന വാഷ്കൻസ്കിയിൽ വച്ചുപിടിപ്പിക്കുകയായിരുന്നു.

18 ദിവസത്തിനുശേഷം ന്യൂമോണിയ ബാധിച്ച് വാഷ്കൻസ്കി മരണമടഞ്ഞെങ്കിലും വൈദ്യശാസ്ത്ര ചരിത്രത്തിലെ മഹാത്ഭുതമായിരുന്നു ഹൃദയം മാറ്റിവയ്ക്കൽ വാർത്ത.

ബാങ്കുകൾ ഇന്ത്യയിൽ ദേശസാൽക്കരിക്കപ്പെടുന്നു: 1969

നിക്ഷേപം 50കോടി രൂപയിലധികമായ 14 വാണിജ്യ ബാങ്കുകളെ ദേശസാൽക്കരിക്കാൻ ഇന്ത്യാ ഗവണ്മെന്റ് തീരുമാനിച്ചു. അലഹബാദ് ബാങ്ക്, ബാങ്ക് ഓഫ് ബറോഡ, ബാങ്ക് ഓഫ് ഇന്ത്യ, ബാങ്ക് ഓഫ് മഹാരാഷ്ട്ര, കാനറ ബാങ്ക്, സെൻട്രൽ ബാങ്ക് ഓഫ് ഇന്ത്യ, ഇന്ത്യൻ ബാങ്ക്, ദേനാ ബാങ്ക്, ഇന്ത്യൻ ഓവർസീസ് ബാങ്ക്, പഞ്ചാബ് നാഷണൽ ബാങ്ക്, സിൻഡിക്കേറ്റ് ബാങ്ക്, യൂക്കോ ബാങ്ക് (യുണൈറ്റഡ് കൊമേഴ്സൈൽ ബാങ്ക്), യുണൈറ്റഡ് ബാങ്ക് ഓഫ് ഇന്ത്യ, യൂണിയൻ ബാങ്ക് ഓഫ് ഇന്ത്യ എന്നിവയായിരുന്നു 1969 ജൂലൈ 19-ന് ദേശസാൽക്കരിക്കപ്പെട്ട ബാങ്കുകൾ.

മനുഷ്യൻ ചന്ദ്രനിൽ: 1969

അമേരിക്കൻ ശാസ്ത്രപുരോഗതി, 1969-ൽ അപ്പോളോ എന്ന വിമാനത്തിൽ ചന്ദ്രനിൽ മനുഷ്യനെ എത്തിക്കുന്നതിൽ വിജയിച്ചു. നിരന്തരമായ പരീക്ഷണങ്ങളിലൂടെയാണ് ഈ ദൗത്യം വിജയകരമായി പൂർത്തിയാക്കാനായത്. 1969, ജൂലൈ 20-ന് നീൽ ആംസ്ട്രോങ് (Neil Armstrong) ചന്ദ്രനിൽ കാലുകുത്തി. ഇതിനെത്തുടർന്ന് റഷ്യയുടെ സോയൂസ് വാഹനവും തത്തുല്യ പരീക്ഷണം 1975-ൽ നടത്തി. ഇന്ത്യയുടെ ചാന്ദ്രയാൻ ദൗത്യം ഈ മേഖലയിലെ പുതിയ പരീക്ഷണമാണ്.

എൽ ടി ടി ഇ അഥവാ തമിഴ് ടൈഗേഴ്സ്: 1970

1970-ൽ വേലുപിള്ള പ്രഭാകരന്റെ നേതൃത്വത്തിൽ സ്ഥാപിതമായ LTTE (Liberation Tigers of Tamil Eelam) വടക്കുകിഴക്കൻ ശ്രീലങ്കയിൽ തമിഴ് വംശജരുടേതായ സ്വതന്ത്ര പ്രദേശത്തിനുവേണ്ടി പോരാട്ടം തുടങ്ങി. ഗറില്ലാ യുദ്ധതന്ത്രങ്ങളിലൂടെ നിരവധി തവണ ശ്രീലങ്കയ്ക്കെതിരെ ആക്രമണം നടത്തിയ തമിഴ് ടൈഗേഴ്സ് തീവ്രവാദി സംഘമായി മുദ്രകുത്തപ്പെട്ടു. 1987-ൽ ഇന്ത്യൻ സേനയുടെ സഹായത്തോടെ (IPKF - Indian Peace Keeping Force) തമിഴ് തീവ്രവാദികളെ ജാഫ്നയിൽ നിന്ന് ശ്രീലങ്കൻ സേന തുരത്തി. 1990 മാർച്ചിൽ ഇന്ത്യൻ സേന അവിടെനിന്ന് മടങ്ങിയെങ്കിലും, 1991 മെയ് 21-ന് ഇന്ത്യൻ നാഷണൽ കോൺഗ്രസ് നേതാവും, മുൻ പ്രധാനമന്ത്രിയുമായിരുന്ന രാജീവ് ഗാന്ധിയെ എൽ ടി ടി ഇ ആത്മഹത്യാ സ്ക്വാഡ് തമിഴ്നാട്ടിൽ വച്ച് വധിച്ചു. 1993 മെയ് മാസം ശ്രീലങ്കൻ പ്രസിഡന്റ് റണിംഗേ പ്രേമദാസെയും (Ranasinghe Premdasa) തമിഴ് പുലികളുടെ ആക്രമണത്തിൽ കൊല്ല

പ്പെട്ടു. എൽ ടി ടി ഇയുടെ ഉന്നതവിഭാഗമായ 'Black Tiger' ആയിരുന്നു പ്രധാന ആക്രമണങ്ങൾ നടത്തിയിരുന്നത്. ലക്ഷക്കണക്കിന് മനുഷ്യ ജീനുകൾക്ക് അപായം വരുത്തിയ ആഭ്യന്തര കലാപമാണ് ശ്രീലങ്കയിൽ നടക്കുന്നത്. എന്നാൽ 2008–2009 വർഷം ശ്രീലങ്കൻ സേന നടത്തിയ മുന്നേറ്റത്തിലൂടെ തമിഴ് പുലികൾക്ക് നിയന്ത്രണമുള്ള നഗരങ്ങളും പട്ട ണങ്ങളും പിടിച്ചെടുക്കപ്പെട്ടിരിക്കുകയാണ്. എൽ ടി ടി ഇ തലവൻ പ്രഭാക രനും അടുത്ത അനുയായികളും വധിക്കപ്പെട്ടതോടെ തമിഴ് പുലികളുടെ ശക്തി വളരെയധികം ക്ഷയിച്ചിരിക്കുന്ന അവസ്ഥയാണ് ഇന്ന് നാം കാണു ന്നത്.

കേരളത്തിൽ ജന്മിത്തം അവസാനിക്കുന്നു: 1970

1969–ലെ ഇ എം എസ് മന്ത്രിസഭ കൊണ്ടുവന്ന ഭൂപരിഷ്കരണ നിയമ ഭേദഗതിയനുസരിച്ച് 1970 ജനുവരി 1 മുതൽ എല്ലാ തരത്തിലു മുള്ള ജന്മി–കുടിയാൻ ബന്ധങ്ങളും റദ്ദാക്കുവാനും കുടികിടപ്പുകാർക്കും കർഷകർക്കും ഭൂമിയുടെ ഉടമസ്ഥത ഉറപ്പാക്കുന്നതിനും തീരുമാനമാ യി. ഇ എം എസ് മന്ത്രിസഭ കൊണ്ടുവന്ന ഈ നിയമം ‘ഇന്ത്യക്കാകെ മാതൃക’യായി.

ബംഗ്ലാദേശ് (കിഴക്കൻ പാകിസ്ഥാൻ) ദുരന്തം: 1970

1970 നവംബർ മാസത്തിൽ കനത്ത കടൽക്കാറ്റ് കിഴക്കൻ പാകി സ്ഥാനെ ആക്രമിച്ചു. 3,50,000 ജനങ്ങൾ ഈ ദുരന്തത്തിൽ കൊല്ലപ്പെട്ടു. ഒരു മില്യൺ ജനത ഭവനരഹിതരായി. നവംബർ 10–നാണ് കാറ്റ് താണ്ഡവനൃത്തം തുടങ്ങിയത്. വൈദ്യുതി വിതരണം തകരാറിലായ തോടെ അപായ സൂചനകൾ ജനങ്ങൾക്ക് ലഭിച്ചില്ല. ബോള (Bhola), ദുബ്ള (Dubla), ജബ്ബാർ (Jabbar), ഹൈത (Haita) എന്നീ ദ്വീപുകൾ 20 അടി വെള്ളത്താഴ്ചയിലായി. പാകിസ്ഥാൻ ഗവണ്മെന്റിന്റെ അനാസ്ഥ ദുരന്തത്തിന്റെ കാഠിന്യം വർധിപ്പിച്ചു. 1971–ൽ ബംഗ്ലാദേശ് സ്വാതന്ത്ര്യ സമരം ആരംഭിക്കാൻ ഈ നിഷേധാത്മക നിലപാട് കാരണമായി.

ഓപ്പൺ വെനീസ് ഓഫ് ലാറ്റിനമേരിക്ക: 1971 (*Open Venis of Latin America*)

എഡ്വേർഡോ ഗലിയാനോ 1971–ൽ എഴുതിയ *Open Venis of Latin America: Five Centuries of the Pillage of a Continent* എന്ന ഗ്രന്ഥം ലോകത്ത് ഏറെ ചർച്ച ചെയ്യപ്പെട്ടു. അമേരിക്കൻ ബഹുരാഷ്ട്ര കുത്ത കകളും അവരുടെ പാവകളായ ചില ലാറ്റിനമേരിക്കൻ ഭരണാധികാരി കളും ചേർന്ന് ലാറ്റിനമേരിക്കയെ എങ്ങനെ മുരടിപ്പിച്ചു എന്നതാണ് ഈ ഗ്രന്ഥത്തിലെ അന്വേഷണ വിഷയം. ചിലിയിലെ സോഷ്യലിസ്റ്റ് നേതാ വായിരുന്ന സാൽവദോർ അലന്ദെയുടെ പുത്രി ഇസബെൽ അലന്ദെ (Isabel Allende) എഴുതിയ ആമുഖം ഈ പുസ്തകത്തെ ശ്രദ്ധേയമാ

ക്കുന്നു. 'ത്രീ എസ്സെയ്സ് കലക്ടീവ്' ആണ് ഈ ഗ്രന്ഥം പ്രസിദ്ധീകരിച്ചത്. 2009 ഏപ്രിൽ മാസത്തിൽ അമേരിക്കൻ പ്രസിഡന്റ് ഒബാമ 'ഓർഗനൈസേഷൻ ഓഫ് അമേരിക്കൻ സ്റ്റേറ്റ്സി'ന്റെ അഞ്ചാം ഉച്ചകോടിക്ക് പോർട്ട് ഓഫ് സ്പെയിനിൽ എത്തിയപ്പോൾ വെനിസ്വേല പ്രസിഡന്റ് ഹ്യൂഗോ ഷാവേസ് ഈ ഗ്രന്ഥം അദ്ദേഹത്തിന് സമ്മാനിച്ചു. ലാറ്റിനമേരിക്കയിൽ അമേരിക്കൻ നേതൃത്വത്തിൽ നടക്കുന്ന അധിനിവേശ ചൂഷണ നടപടികളെ ശക്തിയുക്തം പ്രതിരോധിക്കാൻ ലാറ്റിനമേരിക്കൻ രാജ്യങ്ങൾ ഇന്ന് ഒന്നിക്കുകയാണ്.

ഗ്രീൻ പീസ്: 1971

അമേരിക്കൻ സംഘം ആംച്ചിക്ക (Amchitka) ദ്വീപിൽ ആണവപരീക്ഷണം നടത്താനൊരുങ്ങിയതിനെതിരെ ബ്രിട്ടീഷ് കൊളംബിയയിലെ പ്രകൃതിസ്നേഹികൾ 1971-ൽ ആരംഭിച്ച സംഘടനയാണ് ഗ്രീൻ പീസ്. പ്രകൃതിയെ സംരക്ഷിക്കുക, ആണവ പരീക്ഷണവും ആണവായുധങ്ങളും ഇല്ലാതാക്കുക എന്ന ലക്ഷ്യത്തോടെ ഈ സംഘടന പ്രവർത്തിക്കുന്നു. വംശനാശം സംഭവിച്ചുകൊണ്ടിരിക്കുന്ന ജന്തുജാലങ്ങളെ സംരക്ഷിക്കുവാൻ ഇവർ ബോധവൽക്കരണശ്രമങ്ങൾ നടത്തുന്നുണ്ട്. 1985 ജൂലൈ 10-ന് 'റെയിൻബോ വാരിയർ' എന്ന ഗ്രീൻ പീസ് കപ്പൽ ഫ്രഞ്ച് സേനയുടെ ആണവ പരീക്ഷണത്തെ എതിർക്കുന്നതിന് മെറോറ അറ്റോൾ (Moruroa Atoll) എന്ന സ്ഥലത്തേക്ക് പോകാനൊരുങ്ങവേ ബോംബ് സ്ഫോടനത്തിൽ തകർന്നു. ഈ സംഭവത്തിന്റെ പേരിൽ ഫ്രാൻസിലെ പ്രതിരോധമന്ത്രിക്ക് രാജിവയ്ക്കേണ്ടിവന്നു.

ബംഗ്ലാദേശിന്റെ സ്വാതന്ത്ര്യം: 1971

ഇന്ത്യ സ്വാതന്ത്ര്യം നേടിയതോടെ കിഴക്കൻ ബംഗാൾ പാകിസ്ഥാന്റെ ഭാഗമായി. 1947 മുതൽ 1971 വരെ പാകിസ്ഥാൻ നിയന്ത്രണത്തിലായിരുന്ന കിഴക്കൻ ബംഗാളിൽ വിമോചന സമരം ആരംഭിച്ചു. മുജീബുർ റഹ്മാന്റെ (Mujibur Rahman) നേതൃത്വത്തിൽ അവാമിലീഗ് (Awami League) പാർട്ടി നീണ്ട 17 വർഷത്തെ പോരാട്ടം നടത്തിയതിനെത്തുടർന്ന് 1971 ഡിസംബർ 16-ന് ബംഗ്ലാദേശ് എന്ന പേരിൽ കിഴക്കൻ ബംഗാൾ സ്വതന്ത്ര രാജ്യമായി. 1970-ൽ നടന്ന തിരഞ്ഞെടുപ്പിൽ ഭൂരിപക്ഷം ലഭിച്ച മുജീബുർ റഹ്മാനെ അംഗീകരിക്കാൻ പാകിസ്ഥാൻ ഗവണ്മെന്റ് തയാറാകാത്തതിനെത്തുടർന്നാണ് പോരാട്ടം രൂക്ഷമായത്. പാകിസ്ഥാൻ പട്ടാളത്തിന്റെ ഇടപെടൽ ദശലക്ഷക്കണക്കിന് വരുന്ന ബംഗ്ലാദേശികളെ ഭവനരഹിതരാക്കി. അവർ ഇന്ത്യയിലേക്ക് പാലായനം ചെയ്യാൻ തുടങ്ങി. ഇത് 1971-ലെ ഇന്ത്യാ-പാകിസ്ഥാൻ യുദ്ധത്തിന് കാരണമായി. ഇതിനെത്തുടർന്ന് ഇന്ത്യൻ സേനയുടെ സഹായത്തോടെ ബംഗ്ലാദേശ് ജനത പാകിസ്ഥാൻ പട്ടാളത്തെ തോൽപ്പിച്ച് സ്വതന്ത്ര രാജ്യമായി.

യുനെസ്കോയുടെ ലോക പൈതൃക സമ്പത്ത് സംരക്ഷണം: 1972

1972–ലെ കൺവെൻഷന്റെ ഫലമായി യുനെസ്കോ നേതൃത്വത്തിൽ മാനവ സംസ്കാരത്തിന്റെ അവശേഷിക്കുന്ന പൈതൃക സമ്പത്ത് സംരക്ഷിക്കുവാൻ തീരുമാനമുണ്ടായി. പ്രകൃതിയും സംസ്കാരവും ഇവ രണ്ടും ചേർന്ന സമ്മിശ്രമായ പൈതൃകങ്ങളാണ് ഈ തരത്തിൽ ലോക സമ്പത്തായി പരിരക്ഷിക്കപ്പെടുന്നത്. 1989–ൽ ഇറ്റലിയിലെ ഒളിമ്പിയയും ബ്രസീലിലെ ബ്രസീലിയ കത്തീഡ്രൽ 1987–ലും, ഖസാക്കിസ്ഥാനിലെ കച്ചവടകേന്ദ്രമായിരുന്ന ടർക്കിസ്ഥാൻ 2003–ലും, ഫ്രാൻസിലെ കോമിയോ നാഷണൽ പാർക്ക് (Komoe National Park) 1983–ലും, മാൾട്ടയിലെ പൗള (Pawla) പട്ടണം 1980–ലും, ബംഗ്ലാദേശിലെ ബാഗേർഹട്ട് (Bagherhat) പട്ടണം 1985–ലും ഇന്ത്യയിലെ താജ്മഹൽ 1983–ലും, തുടങ്ങി നിരവധി പൈതൃക സ്മാരകങ്ങൾ ലോക പൈതൃക സമ്പത്തായി യുനെസ്കോ പ്രഖ്യാപിച്ചിട്ടുണ്ട്.

പാബ്ലോ പിക്കാസോ

പിക്കാസോ, ഇരുപതാം നൂറ്റാണ്ടിലെ മികച്ച കലാകാരൻ: 1973

1973 ഏപ്രിൽ 8–ന് പാബ്ലോ പിക്കാസോ അന്തരിച്ചു. സ്പെയിനിൽ ജനിച്ച് പാരീസിൽ ചേക്കേറിയ പിക്കാസോ ആധുനിക കലയ്ക്ക് ജനപ്രീതി നേടിക്കൊടുത്ത മികച്ച ചിത്രകാരനായിരുന്നു. പിക്കാസോ തുടങ്ങിവച്ച ക്യൂബിസം ആധുനിക കലയുടെ പ്രവണതയായി മാറി. കളിമണ്ണ്, വെങ്കലം, മരം എന്നിവയ്ക്കു പുറമെ ഷീറ്റ് മെറ്റൽ വെൽഡ് ചെയ്ത് ശിൽപ്പങ്ങളുണ്ടാക്കുന്ന രീതിയും പിക്കാസോ ആരംഭിച്ചു. അദ്ദേഹത്തിന്റെ *ഗൂർണിക* എന്ന ചിത്രം ഫാസിസത്തിന്റെ മനുഷ്യവേട്ടയ്ക്കെതിരായി, ലോകമനഃസാക്ഷിയെ ഉണർത്തുന്നതായിരുന്നു. 1881 ഒക്ടോബർ 25–ന് പിക്കാസോ അന്തരിച്ചു.

പിക്കാസോ
സെൽഫ് പോട്രയിറ്റ്

പൊഖ്റാൻ, ആണവ ചേരിയിൽ ഇന്ത്യയും: 1974

1974 മെയ് 18–ന് രാജസ്ഥാൻ മരുഭൂമിയിലെ പൊഖ്റാനിൽ ആണവ പരീക്ഷണ വിസ്ഫോടനം നടത്തി ഇന്ത്യയും ആണവ ശക്തിയായി. ദാരിദ്ര്യവും അസമത്വവും കൊടുമ്പിരിക്കൊണ്ട ഇന്ത്യയായിരുന്നു മറുപുറത്ത് ഉണ്ടായിരുന്നത്. ആണവോർജ ശാസ്ത്രജ്ഞൻ രാജാ രാമണ്ണയായിരുന്നു ഈ പരീക്ഷണത്തിന്റെ സൂത്രധാരൻ.

മുജീബുർ റഹ്മാനും കുടുംബവും വധിക്കപ്പെട്ടു: 1975

1975 ആഗസ്ത് 15–ന് ബംഗ്ലാദേശ് വിമോചനത്തിന്റെ നേതാവും ആ രാജ്യത്തെ പ്രസിഡന്റുമായ ഷെയ്ഖ് മുജീബുർ റഹ്മാനും (Sheikh Mujibur Rahman, 1920–1975) പത്നിയും അഞ്ചുകുട്ടികളും പട്ടാള അട്ടിമറിയെത്തുടർന്ന് വധിക്കപ്പെട്ടു. ബംഗ്ലാദേശ് അവാമി ലീഗിന്റെ (Awami League) സ്ഥാപകനായിരുന്ന മുജീബുർ റഹ്മാൻ പാകിസ്ഥാനിൽനിന്ന് സ്വാതന്ത്ര്യം നേടുന്നതിനായുള്ള പോരാട്ടത്തിൽ ബംഗ്ലാദേശ് ജനതയെ സംഘടിപ്പിച്ചു. 1971–ലെ ഇന്ത്യാ–പാകിസ്ഥാൻ യുദ്ധത്തെത്തുടർന്ന് ബംഗ്ലാദേശ് സ്വതന്ത്രമായപ്പോൾ മുജീബുർ റഹ്മാൻ ആ രാജ്യത്തെ പ്രസിഡന്റായി. ബംഗ്ലാദേശിനെ ഒരു സ്വതന്ത്ര സോഷ്യലിസ്റ്റ്–ജനാധിപത്യ റിപ്പബ്ലിക്കാക്കുന്നതിലും, രാജ്യത്തെ പട്ടിണി കുറയ്ക്കുന്നതിലും അദ്ദേഹത്തിന്റെ നടപടികൾ വിജയം കണ്ടു.

മുജീബുർ റഹ്മാൻ

ഇന്ത്യയിൽ അടിയന്തരാവസ്ഥ: 1975

1971–ലെ ബംഗ്ലാദേശിനെ സംബന്ധിച്ചുണ്ടായ ഇന്ത്യാ–പാകിസ്ഥാൻ യുദ്ധം ഇന്ദിരാഗാന്ധിയുടെ പ്രതിഛായ വർധിപ്പിച്ചെങ്കിലും, ഉയർന്നുകൊണ്ടിരുന്ന ഉൽപ്പന്നങ്ങളുടെ വിലകളും, തൊഴിലില്ലായ്മയും സാധാരണക്കാരെ കൊടുംപട്ടിണിയിലും ദുരിതത്തിലുമാക്കി. തൊഴിൽ സമരങ്ങളും വിദ്യാർഥി പ്രക്ഷോഭങ്ങളും ഇന്ത്യൻ രാഷ്ട്രീയത്തെ കലുഷിതമാക്കി. 1975–ന്റെ ആദ്യ പകുതിയിൽ അഴിമതിക്കും ഭരണ പരാജയത്തിനുമെതിരെ ജനകീയ മുന്നേറ്റം സജീവമായി. ഇന്ദിരാഗാന്ധി തിരഞ്ഞെടുപ്പ് രംഗത്ത് നിയമലംഘനം നടത്തിയെന്ന് അലഹബാദ് ഹൈക്കോടതി വിധി

പുറത്തുവിട്ടത് ഇന്ത്യൻ നാഷണൽ കോൺഗ്രസിന്റെ പ്രതിഛായ മോശമാക്കുകയും ചെയ്തു. ശിക്ഷിക്കപ്പെടാൻ സാധ്യതയുണ്ടായിരുന്ന ഇന്ദിരാഗാന്ധി രാജിവയ്ക്കാൻ തയാറായില്ലെന്ന് മാത്രമല്ല, ഇന്ത്യൻ പ്രസിഡന്റ് ഫക്രുദീൻ അലിയെ (Fakhruddin Ali) കൊണ്ട് രാജ്യത്ത് അടിയന്തരാവസ്ഥ പുറപ്പെടുവിക്കാൻ സമ്മർദം ചെലുത്തുകയാണ് ചെയ്തത്. 1975 ജൂൺ 26-ന് രാജ്യത്ത് അടിയന്തരാവസ്ഥ നടപ്പിലായി. രാജ്യത്ത് പ്രക്ഷോഭത്തിലേർപ്പെട്ടിരുന്ന പ്രതിപക്ഷകക്ഷി നേതാക്കളെയും ഗവണ്മെന്റ് വിരുദ്ധരെയും അറസ്റ്റ് ചെയ്യുകയും വിവിധ സ്വാതന്ത്ര്യ അവകാശങ്ങൾ പിൻവലിക്കുകയും ചെയ്തു. 'ഇന്ത്യ ഇന്ദിരയാണെന്നും, ഇന്ദിര ഇന്ത്യയാണെ'ന്നും അവർ വാദിച്ചു. ജയപ്രകാശ് നാരായൺ, മൊറാർജി ദേശായി എന്നിവരുടെ നേതൃത്വത്തിൽ 'ജനതാ പാർട്ടി' രാഷ്ട്രീയ രംഗത്ത് സജീവമായി. ഇന്ത്യയിലാകമാനം അടിയന്തരാവസ്ഥാ മർദനങ്ങളും ലോക്കപ്പ് മരണങ്ങളും നടന്നു. ഏകാധിപത്യ ഭരണകാലത്ത് ഇന്ദിരാഗാന്ധി തന്റെ ഇരുപത്തിയൊന്നിന പരിപാടി നടപ്പിലാക്കി. 1977-ൽ നടന്ന പൊതു തിരഞ്ഞെടുപ്പിൽ ഇന്ദിരാഗാന്ധിയും സഞ്ജയ് ഗാന്ധിയും അടക്കമുള്ള അടിയന്തരാവസ്ഥാ വാദികൾ പരാജയപ്പെട്ടു. കോൺഗ്രസ് പാർട്ടി വളരെ ശോചനീയമായ 153 സീറ്റിൽ ചുരുക്കപ്പെട്ട പാർട്ടിയായി മാറി.

അംഗോളൻ സ്വാതന്ത്ര്യ സമരം: 1975

1975 വരെ പോർച്ചുഗീസ് കോളനിയായിരുന്ന അംഗോള 1975 നവംബർ 10-ന് സ്വതന്ത്രമായി. 1961-ൽ ആരംഭിച്ച വിമോചന പോരാട്ടം ആഭ്യന്തര യുദ്ധങ്ങളിലൂടെയാണ് മുന്നോട്ട് നീങ്ങിയത്. മാർക്സിസത്തിന്റെ പിൻബലത്തിലാണ് അംഗോളയിലെ സ്വാതന്ത്ര്യസമരം നടന്നത്. ഇതിനെത്തുടർന്നാണ് പീപ്പിൾസ് റിപ്പബ്ലിക് ഓഫ് അംഗോള നിലവിൽ വന്നത്. സോവിയറ്റ് പിന്തുണയോടെ അധികാരമേറ്റ അഗസ്റ്റിനോ നെറ്റോ (Augustinho Neto) 1975-നുശേഷം ദീർഘകാലത്തെ ആഭ്യന്തര കലാപങ്ങൾക്ക് സാക്ഷിയായി. സോവിയറ്റ്-ക്യൂബൻ സഹായം ലഭിച്ചിരുന്ന ഭരണാധികാരിയായിരുന്നു നെറ്റോ. എന്നാൽ പോർച്ചുഗീസ് സാമ്രാജ്യത്വ ശക്തികൾ ഈ സർക്കാരിനെ ഇല്ലാതാക്കാൻ ശ്രമിച്ചുകൊണ്ടിരുന്നു.

കമ്പോഡിയൻ വിപ്ലവം: 1976

കമ്പൂച്ചിയ എന്നറിയപ്പെട്ടിരുന്ന കമ്പോഡിയ (Combodia) 1976 ജനുവരി 5-ന് ഖമർ റൂഷ് (Khamer Rouge) പോരാളികളുടെ നിയന്ത്രണത്തിലായി. 1969-1975 കാലഘട്ടത്തിൽ അമേരിക്കൻ സേനയേയും അവരെ പിന്തുണയ്ക്കുന്ന വലതുപക്ഷ ഭരണാധികാരികളെയും പരാജയപ്പെടു

ത്തിയാണ് കമ്പോഡിയ കമ്യൂണിസ്റ്റ് രാഷ്ട്രമായത്. വിയറ്റ്നാമിൽ കൈക്കൊണ്ട മാരകമായ ആക്രമണങ്ങളാണ് ഖമർ ദുഷ് പോരാളികൾക്കെതിരെ അമേരിക്ക കമ്പോഡിയയിൽ അഴിച്ചുവിട്ടത്. ഈ നയങ്ങൾക്കെതിരെ അമേരിക്കയിൽ വൻ പ്രതിഷേധവും ഉണ്ടായി.

എബോള വൈറസ്: 1976

വടക്കൻ കോംഗോവിലെ എബോള നദിയിൽ (Ebola River) നിന്ന് 1976-ൽ തിരിച്ചറിയപ്പെട്ട വൈറസിന് എബോള എന്ന പേരുലഭിച്ചു. മാരകമായ രോഗത്തിന് കാരണമാകുന്ന എബോള വൈറസ് കടുത്ത പനിയോടെയാണ് മനുഷ്യനെ ആക്രമിക്കുന്നത്. 1995-ൽത്തുടർ ആക്രമണം നടത്തിയ ഈ വൈറസ് സെയർ (zaire), സുഡാൻ (Suddan) എന്നീ രാജ്യങ്ങളിലെ നൂറുകണക്കിന് ആളുകളെ കൊന്നൊടുക്കി. പകർച്ചവ്യാധിയാവുന്ന ഈ രോഗം മനുഷ്യന്റെ പ്രതിരോധശേഷിയെ നശിപ്പിക്കുകയാണ് ചെയ്യുന്നത്. യഥാർഥ ചികിത്സ ഇനിയും കണ്ടെത്താത്ത എബോള പനി ദരിദ്രരാജ്യങ്ങളിലാണ് പ്രത്യക്ഷപ്പെട്ടിരിക്കുന്നത്.

ആഫ്രിക്കാനസ് (Afrikaans) ഭാഷയും സൊവേറ്റോ കലാപവും: 1976

1976 ജൂൺ മാസത്തിൽ സൊവേറ്റോയിൽ (Soweto) വൻ കലാപമുണ്ടായി. ആഫ്രിക്കയിലെ ജോഹന്നാസ്ബർഗിനടുത്തുള്ള ഈ നഗരത്തിൽ ഒത്തുകൂടിയ കറുത്ത വംശജർ സ്കൂളുകളിൽ ആഫ്രിക്കാനസ് ഭാഷ അടിച്ചേൽപ്പിക്കുവാനുള്ള ദക്ഷിണ ആഫ്രിക്കൻ ഗവണ്മെന്റിന്റെ തീരുമാനത്തെ എതിർക്കാൻ തീരുമാനിച്ചതിനെത്തുടർന്നാണ് സൊവേറ്റോ കാലപമുണ്ടായത്. സൊവേറ്റോ ടൗൺഷിപ്പിൽനിന്നും കലാപം മറ്റു പ്രദേശങ്ങളിലേക്കും വ്യാപിച്ചതിനെത്തുടർന്ന് നിരവധി പേർ കൊല്ലപ്പെട്ടു. ഏകദേശം 600 കറുത്ത വംശജരും, ആയിരക്കണക്കിന് മുറിവേറ്റവരും ഈ കലാപത്തെ ഒരു മഹാദുരന്തമാക്കി. ഇതിനെത്തുടർന്ന് ദക്ഷിണാഫ്രിക്കൻ വിദ്യാലയങ്ങളിൽ ആഫ്രിക്കാനസ് ഭാഷ അടിച്ചേൽപ്പിക്കാനുള്ള ശ്രമം ഉപേക്ഷിച്ചു.

എ കെ ജി അന്തരിച്ചു: 1977

1977 മാർച്ച് 21-ന് ഇന്ത്യൻ തൊഴിലാളിവർഗ നേതാവും, ലോക്സഭാ പ്രതിപക്ഷ നേതാവുമായിരുന്ന എ കെ ഗോപാലൻ അന്തരിച്ചു. 1902 ജൂലൈ മാസത്തിൽ തലശേരിക്കടുത്ത് പെരളശേരിയിൽ ജനിച്ച എ കെ ജി കോൺഗ്രസ് പ്രസ്ഥാനത്തിലൂടെയാണ് കമ്യൂണിസ്റ്റായത്. 1930-ലെ ഉപ്പുസത്യഗ്രഹത്തിൽ പങ്കെടുത്ത് അറസ്റ്റിലായ എ കെ ജി ഗുരുവാ

യൂർ സത്യഗ്രഹത്തിന്റെ (1931) വോളണ്ടിയർ ക്യാപ്റ്റനായിരുന്നു. 1937-ൽ കണ്ണൂരിൽ നിന്ന് മദിരാശിയിലേക്ക് പട്ടിണിജാഥ നയിച്ച് ഇന്ത്യയിൽ അറിയപ്പെടുന്ന നേതാവായ എ കെ ജി പാവങ്ങളുടെ പടത്തലവനായിരുന്നു. നിരവധി തവണ പൊലീസ് മർദനത്തിനും അറസ്റ്റിനും വിധേയനായ എ കെ ഗോപാലൻ 1952 മുതൽ 1971 വരെ ലോക്സഭാംഗമായിരുന്നു. കമ്യൂണിസ്റ്റ് പാർട്ടി ഓഫ് ഇന്ത്യ മാർക്സിസ്റ്റിന്റെ (സി പി ഐ (എം)) സ്ഥാപക നേതാവുകൂടിയാണ് എ കെ ജി.

എ കെ ഗോപാലൻ

സ്റ്റീവ് ബിക്കോവിന്റെ (Steve Biko) മരണം: സെപ്റ്റംബർ 12, 1977

സ്റ്റീവ് ബിക്കോ

ആഫ്രിക്കയിലെ കറുത്ത വർഗക്കാരുടെ വിമോചന പോരാട്ടത്തിന്റെ നേതാവായിരുന്ന ബിക്കോ, ദക്ഷിണാഫ്രിക്കൻ പൊലീസിന്റെ പിടിയിലായതിനെത്തുടർന്ന് 1977 സെപ്റ്റംബർ 22-ന് മരണപ്പെട്ടു. ദക്ഷിണാഫ്രിക്കൻ ദേശീയ മുന്നേറ്റത്തിന്റെ മാത്രമല്ല 1968-ൽ സ്ഥാപിതമായ സൗത്ത് ആഫ്രിക്കൻ സ്റ്റുഡന്റ് ഓർഗനൈസേഷന്റെ നേതാവ് കൂടിയായിരുന്നു. 1972-ൽ കറുത്ത വർഗക്കാരുടെ സമ്മേളനം വിളിച്ചുകൂട്ടുകയും ഇത്തരത്തിലുള്ള പ്രവർത്തനങ്ങളുടെ പേരിൽ വർണവിവേചകരുടെ ശത്രുത പിടിച്ചുപറ്റുകയും ചെയ്ത നായകനായിരുന്നു സ്റ്റീവ് ബിക്കോ.

ഇന്ത്യയിലെ ജനതാപാർട്ടി ഭരണം: 1977–1979

1977-ലെ തിരഞ്ഞെടുപ്പിൽ ജനതാപാർട്ടിക്ക് 542 സീറ്റിൽ 295 സീറ്റ് ലഭിച്ചു. മൊറാർജി ദേശായ് ഇന്ത്യയിലെ ആദ്യ കോൺഗ്രസ് ഇതര പ്രധാനമന്ത്രിയായി. അടിയന്തരാവസ്ഥയുടെ അസ്വാതന്ത്ര്യത്തിന് അറുതി വന്നത് ഈ സർക്കാർ നിലവിൽവന്നതോടെയാണ്. 1979 ജൂലൈ മാസത്തിൽ ചരൺസിങ് പ്രധാനമന്ത്രിയായെങ്കിലും 1979-ൽ തന്നെ പാർല

മെന്റ് പിരിച്ചുവിടപ്പെടുകയും രാജ്യം പുതിയ തിരഞ്ഞെടുപ്പിലേക്ക് നീങ്ങുകയും ചെയ്തു.

സ്മോൾപോക്സ് രോഗം ഇല്ലാതായി: 1977

ഭൂമുഖത്തുനിന്ന് ഏകദേശം പൂർണരൂപത്തിൽ ഇല്ലാതാക്കാൻ സാധിച്ച രോഗമാണ് സ്മോൾപോക്സ് (small pox). പത്തൊൻപതാം നൂറ്റാണ്ടിൽ തന്നെ ഈ രോഗത്തിനെതിരായ പ്രതിരോധ ഔഷധം വികസിപ്പിച്ചെടുത്തിരുന്നു. 1967-ൽ ഈ രോഗം ഇന്ത്യയിലും പാകിസ്ഥാനിലും വ്യാപകമായി കണ്ടിരുന്നു. എന്നാൽ ലോകാരോഗ്യ സംഘടനയുടെ നേതൃത്വത്തിൽ പ്രതിരോധ പ്രവർത്തനം ഊർജിതമാക്കിയതിനെത്തുടർന്ന് ഈ അപകടകാരിയായ രോഗത്തെ ഇല്ലാതാക്കാൻ സാധിച്ചു. 1977-ൽ ഒരു സോമാലിയ പൗരൻ ഈ രോഗത്താൽ മരണപ്പെട്ടതും 1978-ൽ ബർമിംഗ് ഹാം (Birmingham) സർവകലാശാലയിലെ ഗവേഷണകേന്ദ്രത്തിൽനിന്ന് ഈ രോഗത്തിന്റെ വൈറസ് ബാധിച്ച് ഒരു ബ്രിട്ടീഷ് ഫോട്ടോഗ്രാഫറും കൊല്ലപ്പെട്ടതൊഴിച്ചാൽ പിൽക്കാലത്ത് മനുഷ്യർക്ക് അപകടകാരിയല്ലാത്ത രോഗമായി ഇത് തീർന്നിരിക്കുന്നു.

മതാരാധനാകേന്ദ്രത്തിലെ കൂട്ടക്കുരുതി: 1978

1978 നവംബർ 29-ന് അമേരിക്കയിൽ ലോകത്തെ ഞെട്ടിച്ച മനുഷ്യ കൂട്ടക്കുരുതി നടന്നു. അമേരിക്കയിലെ ഗയാനാ വനപ്രദേശത്തു നിന്നാണ് ഈ വാർത്ത പുറത്തുവന്നത്. റവ. ജിം ജോൺസ് എന്ന ക്രൈസ്തവ ആത്മീയവാദിയുടെ അനുയായികളായ 900 പേർ കൂട്ടമരണം വരിച്ച സംഭവമായിരുന്നു ഇത്. ജിം ജോൺസ് 'പീപ്പിൾസ് ടെമ്പിൾ' എന്ന സംഘടന സ്ഥാപിച്ച് താൻ യേശുദേവന്റെയും ലെനിന്റെയും പുനരവതാരമാണെന്ന് വിശ്വസിപ്പിച്ച് ധാരാളം പേരെ ആകർഷിച്ചിരുന്നു. ജോൺസ് ടൗൺ എന്ന ഈ ആശ്രമത്തിൽ നിർബന്ധിത ജോലി, ലൈംഗിക ചൂഷണം, കൂട്ട ആത്മഹത്യാ പരിശീലനം എന്നിവയാണ് നടന്നിരുന്നത്. സയനൈഡ് കലർത്തിയ പാനീയം കുടിച്ചും വെടിവച്ചുമാണ് മിക്കവരും മരണപ്പെട്ടത്. മതാന്ധതയുടെ ക്രൂരത വെളിവാക്കിയ സംഭവമായിരുന്നു ഇത്.

ടെസ്റ്റ് ട്യൂബ് ശിശു: 1978

ബ്രിട്ടനിലെ ഡോ. പാട്രിക് ക്രിസ്റ്റഫർ സ്റ്റെപ്റ്റോയുടെ ആശുപത്രിയിൽ 1978 ജൂലൈ 25-ന് ലോകത്തിലെ ആദ്യത്തെ ടെസ്റ്റ് ട്യൂബ് ശിശു പിറന്നു. അമ്മയുടെ ഗർഭപാത്രത്തിലല്ലാതെ, പരീക്ഷണശാലയിലെ ടെസ്റ്റ് ട്യൂബിൽ ജനിച്ച ഈ ശിശുവിന്റെ പേര് ലൂയിസ് ജോയ് ബ്രൗൺ എന്നായിരുന്നു. ഡോ. പാട്രിക് സ്റ്റെപ്റ്റോയും സംഘവുമാണ് ഈ ദൗത്യത്തിന് നേതൃത്വം നൽകിയത്.

താച്ചറിസം അഥവാ മുതലാളിത്തം: 1979

1979 മെയ് 4–ന് കൺസർവേറ്റീവ് പാർട്ടി ബ്രിട്ടനിൽ അധികാരമേറ്റു. മാർഗരറ്റ് താച്ചർ ആയിരുന്നു പ്രധാനമന്ത്രി. സ്വകാര്യവൽക്കരണത്തിനും സോഷ്യലിസ്റ്റ് വിരോധത്തിനും പുകൾപെറ്റ ഭരണകർത്താവായിരുന്നു ഇവർ. തൊഴിലാളി യൂണിയനുകളെ നിയന്ത്രിക്കുക, സ്വതന്ത്ര വിപണിയെ പ്രോത്സാഹിപ്പിക്കുക എന്നിവയായിരുന്നു താച്ചറിസത്തിന്റെ പ്രത്യേകത. വരേണ്യവർഗത്തെ സൃഷ്ടിക്കുന്നതിനും, ആഗോളവൽക്കരണം ശക്തിപ്പെടുത്തുന്നതിനും ഈ നടപടികൾ കാരണമായി. സോഷ്യലിസ്റ്റ് പ്രഭാവം ലോകസമ്പദ് വ്യവസ്ഥയിൽനിന്ന് തുടച്ചുനീക്കുകയാണ് ഇതിന്റെ ലക്ഷ്യം. മുതലാളിത്ത രാജ്യങ്ങൾ ഈ പാത പിന്തുടർന്നത് ലോകത്ത് അസന്തുലിതാവസ്ഥ വർധിപ്പിക്കുന്നതിന് കാരണമായി.

മാർഗരറ്റ് താച്ചർ

മദർ തെരേസയ്ക്ക് നൊബേൽ സമ്മാനം: 1979

1979–ലെ സമാധാനത്തിനുള്ള നൊബേൽ സമ്മാനം ലഭിച്ചത് ചേരിനിവാസികൾക്കിടയിൽ പ്രവർത്തനം നടത്തുന്ന യുഗോസ്ലാവിയക്കാരിയായ, ഇന്ത്യ പ്രവർത്തന മണ്ഡലമായി തെരഞ്ഞെടുത്ത മദർ തെരേസയ്ക്കായിരുന്നു. 1950–ൽ ഇവർ സ്ഥാപിച്ച 'മിഷനറീസ് ഓഫ് ചാരിറ്റി' ഇന്ത്യ മുഴുവൻ വ്യാപിച്ചു. 1962–ൽ മദർ തെരേസ ഇന്ത്യൻ പൗരത്വം സ്വീകരിച്ചിരുന്നു.

സ്കൈലാബ് ഉപഗ്രഹം തകരുന്നു: 1979

അമേരിക്കൻ ബഹിരാകാശ ഉപഗ്രഹമായ സ്കൈലാബ് (skylab) പരാജയപ്പെട്ടതിനെത്തുടർന്ന് അത് ഭൂമിയിൽ പതിക്കുമെന്ന വാർത്ത ലോകത്തിലാകമാനം ഭീതി പരത്തി. 1979–ൽ ഈ ഉപഗ്രഹം അപകടങ്ങളൊന്നും ഉണ്ടാക്കാതെ ആസ്ട്രേലിയയിലാണ് പതിച്ചത്. വാണിജ്യ-ശാസ്ത്ര ഉപയോഗങ്ങൾക്കായി വിക്ഷേപിച്ച ഈ വാഹനം 1973

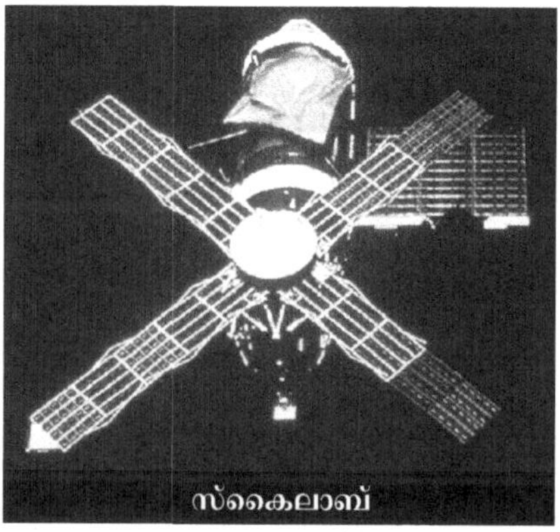
സ്കൈലാബ്

മെയ് 14–നാണ് വിക്ഷേപിച്ചത്. തകരാറുകൾ നിമിത്തം ഈ ഉപഗ്രഹത്തെ നേരെയാക്കുവാനുള്ള ശ്രമങ്ങൾ പരാജയപ്പെട്ടതിനാലാണ് അമേരിക്കയ്ക്ക് ഉപേക്ഷിക്കേണ്ടിവന്നത്.

സൗരോർജ ഗവേഷണം: 1980

ഊർജത്തെക്കുറിച്ചുള്ള ആകുലതകൾക്ക് നടുവിൽ സൗരോർജം മാനവസമൂഹത്തിന് പ്രതീക്ഷ നൽകുന്ന ഒന്നായിരിക്കുന്നു. ഇരുപതാം നൂറ്റാണ്ടിലാണ് ഈ ഊർജസ്രോതസിനെക്കുറിച്ചുള്ള ഗൗരവതരമായ ഗവേഷണം ആരംഭിക്കുന്നത്. 1913–ൽ ഈജിപ്റ്റിലെ മരുഭൂമിയിൽ വൈദ്യുതി ഉൽപ്പാദിപ്പിച്ച് ഒരു ജലസേചനയന്ത്രം പ്രവർത്തിപ്പിക്കുന്നതിനായി 13,000 സ്ക്വയർ അടി വിസ്താരമുള്ള ഒരു സൗരോർജ പാനൽ നിർമിക്കുകയുണ്ടായി. എന്നാൽ പെട്രോളിയം ലഭ്യതയെക്കുറിച്ചുള്ള ആശങ്ക 1970കളിൽ ഉണ്ടാകുന്നതുവരെയും ഈ മേഖലയിൽ വേണ്ടത്ര പുരോഗതി ഉണ്ടായില്ല. 1954–ൽ സിലിക്കോൺ ക്രിസ്റ്റൽസ് ഉപയോഗിച്ച് സോളാർ സെല്ലുകൾ കണ്ടെത്തി. എന്നാൽ ഉയർന്ന ഉൽപ്പാദനച്ചെലവ് ഈ ഗവേഷണ രംഗത്ത് ഇന്നും തടസങ്ങൾ സൃഷ്ടിക്കുകയാണ്. ബഹിരാകാശ ഉപഗ്രഹങ്ങളിൽ സൗരോർജ പാനലുകൾ വ്യാപകമായി ഉപയോഗിച്ചുവരുന്നു. അടുത്ത കാലത്തായി ഗാർഹിക–വ്യാവസായിക രംഗത്തും സൗരോർജം ഉപയോഗിച്ചു തുടങ്ങിയിരിക്കുന്നു.

ഇന്ത്യയിൽ ആഗോള കമ്പനികളും സ്വകാര്യവൽക്കരണവും: നാഴികക്കല്ലുകൾ

1982: മാരുതിയിൽ ജപ്പാനീസ് കമ്പനി സുസുക്കിയുടെ ഓഹരി 50 ശതമാനമായി വർധിപ്പിച്ചു.
1993: കൊക്കോകോള ഇന്ത്യയിൽ തിരിച്ചെത്തി.
1993: കൊക്കോകോള പാർലെ കമ്പനിയെ വിലയ്ക്കുവാങ്ങി.
1994: എയർ ഇന്ത്യയും എയർ ലൈൻസും കമ്പനികളാക്കി.
1994: ഒ എൻ ജി സി കമ്പനിയായി.
1994: ടെലികോം സർവീസ് മേഖല സ്വകാര്യമേഖലയ്ക്ക് തുറന്നുകൊടുത്തു.
1999: ഇൻഷുറൻസ് മേഖല സ്വകാര്യമേഖലയ്ക്ക് തുറന്നുകൊടുത്തുകൊണ്ട് പാർലമെന്റിൽ ഇൻഷുറൻസ് ബിൽ അവതരിപ്പിച്ചു.

4

അമേരിക്കൻ ആധിപത്യം ആഗോളവൽക്കരണം

ഇരുപതാം നൂറ്റാണ്ടിന്റെ അവസാനകാലത്ത് സോവിയറ്റ് യൂണിയന്റെ ശിഥിലീകരണം അവസരമാക്കി അമേരിക്കൻ ഏകാധിപത്യ ലോകം സൃഷ്ടിക്കാനുണ്ടായ ശ്രമത്തിനൊപ്പം ലോക മുതലാളിത്തം ആഗോളവൽക്കരണത്തിനായി വാദിക്കുകയും ചെയ്തു. ബ്രിട്ടണിൽ 'താച്ചറിസ'വും ഇന്ത്യയിൽ നരസിംഹറാവു പ്രധാനമന്ത്രിയായിരുന്ന ഘട്ടത്തിൽ കൈക്കൊണ്ട നടപടികളും ഈ മാറ്റവുമായി ചേർത്ത് വായിക്കേണ്ടതാണ്. വൻ വിപത്തുകൾ സൃഷ്ടിച്ചുകൊണ്ട് ആഗോളവൽക്കരണം മുന്നേറിയത് സമ്പന്നരും ദരിദ്രരും തമ്മിലുള്ള അന്തരം വർധിപ്പിച്ചു. സോഷ്യലിസ്റ്റ് മുന്നേറ്റങ്ങൾ നേടിയെടുത്ത പൊതുവ്യവസ്ഥകൾ കനത്ത ഭീഷണി നേരിടാൻ തുടങ്ങി. ഇതേ കാലയളവിൽ അമേരിക്കൻ സാമ്രാജ്യത്വം ലാറ്റിനമേരിക്കയിലും ഏഷ്യയിലും അധിനിവേശ ശ്രമങ്ങൾ നടത്തുകയും ചെയ്തു. ഏഷ്യയിലെ പെട്രോളിയം ഖനനത്തിന്റെ കുത്തക പിടിച്ചെടുക്കാൻ സാമ്രാജ്യത്വം നടത്തിയ ശ്രമങ്ങൾ ആ നാടുകളിൽ ഭീകരപ്രസ്ഥാനങ്ങൾക്ക് കാരണമാക്കി. അമേരിക്കൻ പിന്തുണയിൽ ചിലയിടങ്ങളിൽ വിധ്വംസക പ്രവർത്തനങ്ങളും വംശീയ ചേരിതിരിവുകളുമുണ്ടായി. പുതിയനൂറ്റാണ്ടിനെ വരവേൽക്കുന്ന ലോകം ഭീകരപ്രവർത്തനങ്ങളുടെയും അധിനിവേശങ്ങളുടെയും അസമത്വത്തിന്റെയും സംഭവങ്ങൾ നിറഞ്ഞതായിരുന്നു.

ഇറാൻ–ഇറാഖ് യുദ്ധം: 1980

1980–ൽ നടന്ന പേർഷ്യൻ ഗൾഫ് യുദ്ധം ഒന്നാം ലോകമഹായുദ്ധത്തിന് സമാനമായ നാശനഷ്ടങ്ങളുണ്ടാക്കി. 1980–ൽ ഇറാന്റെ ചില പ്രദേശങ്ങൾ ഇറാഖ് വരുതിയിലാക്കി. 1981, 1982 കാലഘട്ടത്തിൽ ഇറാൻ

ഇറാൻ ഇറാക്ക് യുദ്ധം: ദുരന്തത്തിന്റെ വഴിയേ

പ്രത്യാക്രമണം നടത്തിയതിന്റെ ഫലമായി ഇറാഖിന്റെ ചില പ്രദേശങ്ങൾ ഇറാന്റെ നിയന്ത്രണത്തിലായി. ഇറാന്റെ സഹായത്തോടെ ഖുർദിഷ് വംശജർ ഇറാഖിന്റെ വടക്കൻ പ്രവിശ്യയിൽ ആധിപത്യം സ്ഥാപിക്കാൻ തുടങ്ങി. മിസൈൽ ആക്രമണങ്ങൾക്കും രാസായുധങ്ങളുടെ പ്രയോഗത്തിനും ഈ യുദ്ധം കാരണമായി. ഇറാനെ സഹായിക്കുന്ന നിലപാടാണ് അമേരിക്ക കൈക്കൊണ്ടത്. നിരവധി നിരപരാധികൾ വധിക്കപ്പെടുവാൻ ഈ സംഘർഷം കാരണമായിട്ടുണ്ട്. 1988–ലാണ് ഐക്യരാഷ്ട്ര സംഘടനയുടെ ഇടപെടലോടെ വെടിനിർത്തലുണ്ടായത്.

അമേരിക്കൻ ഏജന്റുമാരുടെ കൂട്ടക്കശാപ്പ്: 1981

1981 ഡിസംബർ മാസത്തിൽ എൽസാൽവഡോറിലെ എൽ മൊസോട്ട ഗ്രാമത്തിൽ ഇടതുപക്ഷ ഗറില്ലകളായ നിരവധി പ്രവർത്തകരെ പട്ടാളഭരണകൂടം കൂട്ടക്കൊല ചെയ്തു. ഫരാബൂൺഡോ മാർട്ടി നാഷണൽ ലിബറേഷൻ ഫ്രണ്ട് എന്ന ഇടതുപക്ഷ ഗറില്ലാ പോരാളികൾ അമേരിക്കൻ സംരക്ഷണയിലുള്ള സൈന്യ നിയന്ത്രിത ഭരണകൂടത്തെ എതിർത്തുവരികയായിരുന്നു. 'റെഡ് സോണുകൾ' എന്നറിയപ്പെടുന്ന എൽ മൊസോട്ടെ പോലുള്ള ഗ്രാമങ്ങൾ ഗറില്ലാ പോരാളികളുടെ നിയന്ത്രണത്തിലായിരുന്നു. എന്നാൽ വധിക്കപ്പെട്ടവരിൽ ഭൂരിഭാഗം പേരും നിരപരാധികളും ദരിദ്രരുമായ ഗ്രാമീണരായിരുന്നു. പരിശീലനം ലഭിച്ച അമേരിക്കൻ ആയുധങ്ങളേന്തിയ പട്ടാളക്കാരാണ് ഗ്രാമത്തിൽ താണ്ഡവമാടിയത്. സ്ത്രീകളെ ബലാൽസംഗം ചെയ്ത് വെടിവച്ച്

കൊല്ലുകയും കുട്ടികളെ വീടുകളിൽ അടച്ചിട്ട് തീവയ്ക്കുകയും ചെയ്തു. 1991–ൽ സാൽവഡോറിലെ കോടതി അക്രമത്തിൽ മരിച്ച 791 പേരുടെ പട്ടിക പുറത്തുവിട്ടു. സാമ്രാജ്യത്വ ഭീകരതയ്ക്കെതിരെ ചെറുത്തുനിൽപ്പുണ്ടായ ലാറ്റിനമേരിക്കൻ, ആഫ്രിക്കൻ രാജ്യങ്ങളിലും സോഷ്യലിസ്റ്റ് രാജ്യങ്ങളിലും മനുഷ്യത്വരഹിതമായ അക്രമണങ്ങൾക്കാണ് അമേരിക്കൻ നേതൃത്വത്തിൽ പടയോട്ടമുണ്ടായത്.

ഫാക്‌ലാന്റ് യുദ്ധം: 1982

1982 ഏപ്രിൽ 2–ന് 1833 മുതൽ ബ്രിട്ടൺ കോളണിയാക്കിയ ഫാക്‌ലാന്റ് ദ്വീപിനെ മോചിപ്പിക്കാൻ അർജന്റീന സൈനികനീക്കം നടത്തി വിജയിച്ചു. അർജന്റീനയിൽ പട്ടാളഭരണകൂടമാണ് ഭരണം നടത്തിയിരുന്നത്. ബ്രിട്ടൺ ഈ ദ്വീപ് തിരിച്ചുപിടിക്കാൻ തീരുമാനിച്ചു. മാർഗരറ്റ് താച്ചറുടെ നിർദേശപ്രകാരം 100 യുദ്ധക്കപ്പലുകളടങ്ങിയ സേനാവ്യൂഹം ഒരുക്കം തുടങ്ങി. വ്യോമസമുദ്രയുദ്ധം അരങ്ങേറി. ലാറ്റിനമേരിക്കൻ രാജ്യങ്ങൾ ബ്രിട്ടീഷ് നടപടിയെ അപലപിച്ചു. എന്നാൽ അമേരിക്ക ബ്രിട്ടനെ സഹായിക്കാനെത്തി. ജൂൺ 14–ന് അർജന്റീന കീഴടങ്ങി. യുദ്ധത്തിൽ 712 അർജന്റീനാ പട്ടാളക്കാരും, 255 ബ്രിട്ടീഷ് സൈനികരും മരിച്ചു. യുദ്ധപരാജയത്തെത്തുടർന്ന് അർജന്റീന പ്രസിഡന്റ് ഗാൽറ്റിയേറി രാജിവച്ചു.

മനുഷ്യന് യന്ത്രഹൃദയം: 1982

1982 ഡിസംബർ 2–ന് യൂട്ടാ സർവകാലാശാല മെഡിക്കൽ സെന്ററിലെ ഡോ. വില്യം ഡിപ്രീസ് ഒരു രോഗിയിൽ ആദ്യമായി കൃത്രിമ ഹൃദയം വച്ചുപിടിപ്പിച്ചു. യൂട്ടാ സർവകലാശാലയിലെ ബയോ എഞ്ചിനീയർ റോബർട്ട് ജാർവിക് രൂപംനൽകിയ ജാർവിക്–7 എന്ന കൃത്രിമ ഹൃദയമാണ് ശസ്ത്രക്രിയാ സംഘം ഉപയോഗിച്ചത്. മൂന്ന് ബില്യൺ തവണ നിരന്തരമായി സ്പന്ദിക്കുവാൻ കഴിയുമായിരുന്ന ആ യന്ത്രഹൃദയം സാന്ദ്രീകരിച്ച വായുവിന്റെ സഹായത്തോടെ ശരീരത്തിലൂടെ രക്തത്തെ പമ്പുചെയ്തു. ഗ്ലാസ് ഫൈബറും പോളിയുറിത്തീനും ഉപയോഗിച്ച് നിർമിച്ചെടുത്ത ജാർവിക്–7 ആദ്യമായി ഉപയോഗിച്ചത് പശുക്കുട്ടികളിലാണ്. എന്നാൽ പശുക്കുട്ടികൾ വളരുന്നതിനനുസരിച്ച് യന്ത്രഹൃദയത്തിന് വളരുവാൻ കഴിയാതിരുന്നതുമൂലം അവയൊന്നും അറുപത്തിയാറ് ദിവസങ്ങൾക്കപ്പുറം ജീവിച്ചിരുന്നില്ല.

അമേരിക്കൻ നക്ഷത്രയുദ്ധ പദ്ധതി: 1983

1983 മാർച്ച് 23–ന് അമേരിക്കൻ പ്രസിഡന്റ് റൊണാൾഡ് റീഗൻ തന്റെ 'നക്ഷത്രയുദ്ധ പദ്ധതി' പുറത്തുവിട്ടു. സോവിയറ്റ് മിസൈലുകൾക്കെതിരെ ഒരു ആണവ സുരക്ഷാകവചം നിർമിക്കുകയാണ് തന്റെ

ലക്ഷ്യമെന്നും സോവിയറ്റ് യൂണിയൻ 'തിന്മയുടെ സാമ്രാജ്യ'മാണെന്നും ഇദ്ദേഹം പറഞ്ഞു. ലോകമെങ്ങും ഭീതി വിതച്ച പ്രഖ്യാപനമായിരുന്നു 'സ്റ്റാർ വാർസ്' പദ്ധതി. എന്നാൽ 1993-ൽ ഈ പദ്ധതി ഉപേക്ഷിക്കേണ്ടിവന്ന അമേരിക്കയ്ക്ക് അതിനായി 30 ബില്യൺ ഡോളർ വൃഥാ ചെലവഴിക്കേണ്ടിവന്നു.

അമേരിക്കയുടെ ഗ്രനഡ അധിനിവേശം: 1983

കോളനിവൽക്കരണത്തിന്റെ പുതിയ മുഖം പരീക്ഷിച്ചുകൊണ്ടിരുന്ന അമേരിക്ക പട്ടാളത്തെ ഉപയോഗിച്ച് ഒക്ടോബർ 27ന് (1983) കരീബിയൻ ദ്വീപായ ഗ്രനഡയിൽ കുടിയേറി. ഇടതുപക്ഷക്കാരനായ പ്രധാനമന്ത്രി വധിക്കപ്പെട്ടതിനെത്തുടർന്നുണ്ടായ രാഷ്ട്രീയ കുഴപ്പത്തിന്റെ മറവിലാണ് അമേരിക്ക ഇടപെട്ടത്. കമ്യൂണിസത്തിന്റെ വ്യാപനം തടയുക എന്ന ലക്ഷ്യത്തോടെയാണ് 1974-ൽ ബ്രിട്ടനിൽനിന്ന് സ്വാതന്ത്ര്യം നേടിയ ഈ ദ്വീപിനെ അമേരിക്ക കയ്യേറിയത്. ക്യൂബയും സോവിയറ്റ് യൂണിയനും സഹായം നൽകിയതിന്റെ ഫലമായാണ് ഗ്രനഡ സ്വാതന്ത്ര്യാനന്തരം മുന്നോട്ടുനീങ്ങിയത്. 1984-ലാണ് അമേരിക്കൻ പട്ടാളം ആഗോള പ്രതിഷേധത്തെത്തുടർന്ന് പിൻവാങ്ങിയത്. ലാറ്റിനമേരിക്കൻ രാജ്യങ്ങളിൽ അമേരിക്കൻ സാമ്രാജ്യത്വത്തിനെ എതിർക്കുന്ന ചേരി വളർന്നുവരുന്നത് അമേരിക്കയെ അലോസരപ്പെടുത്താൻ തുടങ്ങി.

ഇന്ത്യക്ക് ക്രിക്കറ്റ് കിരീടം: 1983

കപിൽദേവ്

ഇംഗ്ലണ്ടിലെ ലോർഡ്സ് ഗ്രൗണ്ടിൽ നടന്ന ക്രിക്കറ്റ് ലോകകപ്പ് ഫൈനലിൽ വെസ്റ്റിൻഡീസിനെ 43 റൺസിന് തോൽപ്പിച്ച് ഇന്ത്യ ലോകചാമ്പ്യന്മാരായി. കപിൽദേവിന്റെ നായകത്വത്തിൽ പന്തയക്കാരുടെ കണ്ണിൽ വിജയ സാധ്യതയില്ലാതിരുന്ന ഇന്ത്യൻ സംഘം വിജയക്കൊടി ഉയർത്തി. ഈ ലോകകപ്പ് വിജയം ഇന്ത്യൻ ക്രിക്കറ്റിനെ വിപ്ലവകരമായ കുതിച്ചുചാട്ടത്തിലേക്ക് നയിച്ചു.

ഇന്ദിരാഗാന്ധിയുടെ വധം: 1984

സ്വന്തം അംഗരക്ഷകരുടെ വെടിയേറ്റ് 1984 ഒക്ടോബർ 31-ന് ഇന്ദിരാഗാന്ധി കൊല്ലപ്പെട്ടു. ജവാഹർലാൽ നെഹ്റുവിന്റെ പുത്രിയും, കോൺഗ്രസ് പാർട്ടി നേതാവുമായിരുന്ന ഇന്ദിരാഗാന്ധി 1966 ജനുവരിയിൽ ഇന്ത്യൻ പ്രധാനമന്ത്രിയായി. കോൺഗ്രസ് പാർട്ടിയിലെ പിളർപ്പിനെ അതിജീവിച്ച് 1971-ൽ വീണ്ടും അധികാരത്തിലെത്തിയ ഇന്ദിരാഗാന്ധി 1975 ജൂണിൽ അടിയന്തരാവസ്ഥ പ്രഖ്യാപിച്ചു. 1977-ലെ തിര

ഞ്ഞെടുപ്പിൽ ജനതാപാർട്ടി കോൺഗ്രസിൽനിന്ന് അധികാരം ഏറ്റെടുത്തു. 1978–ൽ ഇന്ദിരാകോൺഗ്രസിന് രൂപം കൊടുക്കുകയും 1980–ൽ വീണ്ടും പ്രധാനമന്ത്രിയാവുകയും ചെയ്തു. 1984–ൽ ഇന്ത്യൻ പട്ടാളക്കാർ സിഖ് മതവിശ്വാസികളുടെ സുവർണക്ഷേത്രത്തിൽ പ്രവേശിച്ച് ബലപ്രയോഗം നടത്തിയത് വൻ കലാപങ്ങൾക്ക് കാരണമാവുകയും ഇതിനെത്തുടർന്നാണ് അവർക്ക് മരണം സംഭവിക്കുകയും ചെയ്തത്.

ബഹിരാകാശ യാത്ര നടത്തിയ ആദ്യ ഇന്ത്യാക്കാരൻ: 1984

1984 ഏപ്രിൽ 4–ന് സോവിയറ്റ് ബഹിരാകാശ യാത്രികരോടൊപ്പം ഇന്ത്യാക്കാരനായ രാകേഷ് ശർമ സോവിയറ്റ് വാഹനമായ 'സോയൂസ് ടി–11'–ൽ ബഹിരാകാശത്തേക്ക് യാത്രതിരിച്ചു. ഈ യാത്ര ചെയ്യുന്ന ആദ്യ ഇന്ത്യാക്കാരനായിരുന്നു രാകേഷ് ശർമ. ഏപ്രിൽ 11–നാണ് ഈ വാഹനം കസാഖിസ്ഥാനിലെ അർക്കാലിക്കിൽ തിരിച്ചിറങ്ങിയത്.

രാകേഷ് ശർമ

എയ്ഡ്സ് (AIDS): 1984

1977–ൽ തന്നെ മാരകരോഗമായ എയ്ഡ്സ് റിപ്പോർട്ട് ചെയ്യപ്പെട്ടു. മനുഷ്യന്റെ പ്രതിരോധശേഷിയെ ഇല്ലാതാക്കുന്ന ഈ രോഗം (AIDS - Acquired Immune Deficiency Syndrome) 1981–ൽ ശാസ്ത്ര നിരീക്ഷണങ്ങളിലൂടെ അമേരിക്കൻ വിദഗ്ധർ വിശദമായ പഠനത്തിന് വിധേയമാക്കി. ഇതിന് കാരണക്കാരനായ വൈറസിനെ തിരിച്ചറിഞ്ഞത് റോബർട്ട് ഗാല്ലോ (Robert Gallo), ലൂക് മോൺടേഗ്നിയർ (Luc Montagnier) എന്നിവരാണ്. 1984–ലാണ് ഈ നേട്ടമുണ്ടായത്. ആഫ്രിക്കയിൽനിന്ന് ഉത്ഭവിച്ചതും എന്നാൽ ലോകത്തിലാകമാനം വ്യാപിച്ചതുമായ ഈ രോഗം പകരുന്നതാണെന്ന തിരിച്ചറിവ് ഇതിനെതിരെയുള്ള പ്രചാരണ പ്രവർത്തനങ്ങൾക്ക് ആക്കം കൂട്ടിയിരിക്കുകയാണ്.

ഇടതുപക്ഷ സർക്കാരിനെ നേരിടാൻ അമേരിക്കൻ മൈനുകൾ: 1984

നിക്കരാഗ്വേയിലെ തുറമുഖങ്ങളിൽ അമേരിക്കൻ ചാരസംഘടന, സി ഐ എ മൈനുകൾ സ്ഥാപിച്ചു. ഇടതുപക്ഷ ഭരണകൂടത്തെ അട്ടിമറിക്കാൻ പ്രതിവിപ്ലവകാരികളെ സഹായിക്കാനാണ് ഈ മൈനുകൾ സ്ഥാപിച്ചത്. 1981 മുതൽ കോണ്ട്രകൾ എന്ന പ്രതിവിപ്ലവകാരികൾക്ക് അമേരിക്ക സഹായം ചെയ്തുവരുന്നുണ്ടായിരുന്നു. സി ഐ എയുടെ ഈ പ്രവൃത്തി ലോകമറിഞ്ഞതോടെ വ്യാപക പ്രതിഷേധം ഉയർന്നു.

1986ൽ ലോക കോടതി അമേരിക്കയുടെ മേൽ 17 ബില്യൺ ഡോളർ മൈൻ വിതച്ചതിന് നഷ്ടപരിഹാരം നൽകാൻ വിധിക്കുകയുണ്ടായി.

ശൂന്യാകാശ പര്യവേക്ഷണം നാഴികക്കല്ലുകൾ:

1903: കോൺസ്റ്റാന്റിൻ തിയോൽകോവ്സ്കിയുടെ (റഷ്യ) ബഹിരാകാശ യാത്രാസംബന്ധമായ പ്രബന്ധങ്ങൾ പ്രസിദ്ധീകരിച്ചു.

1926: റോബർട്ട് ഗോദാർദ് (അമേരിക്ക) രൂപപ്പെടുത്തിയ ദ്രവ ഇന്ധന റോക്കറ്റ് വിക്ഷേപിച്ചു.

1937: വെർണർ വോൻ ബ്രാവുൻ (ജർമനി) വി–റ്റു (V2) റോക്കറ്റ് സാങ്കേതികവിദ്യ വികസിപ്പിച്ചു.

1957: ഒക്ടോബർ 4–ന് സ്പുട്നിക്–I റഷ്യ വിക്ഷേപിച്ചു. നവംബർ 13 –ന് ലെയ്ക എന്ന നായയുമായി സ്പുട്നിക്–II ബഹിരാകാശത്ത്.

1958: ജനുവരി 31–ന് എക്സ്പ്ലോളർ–I (അമേരിക്ക) വിക്ഷേപിച്ചു.

1961: യൂറി ഗഗാറിൻ വോസ്തോക്ക്–I എന്ന ബഹിരാകാശ പേടകത്തിൽ (റഷ്യ) ശൂന്യാകാശത്തെത്തിയ ആദ്യ മനുഷ്യനായി.

1962: ഫെബ്രുവരി 20ന് 'ഫ്രണ്ട്ഷിപ്പ്–7' എന്ന ശൂന്യാകാശ വാഹനത്തിൽ ജോൺ ഗ്ലൻ (അമേരിക്ക) ഭൂമിയെ വലംവച്ചു.

1963: ജൂൺ 16–19ന് വോസ്തോക്ക്–I എന്ന ബഹിരാകാശ വാഹനത്തിൽ വാലന്റീന തെരഷ്കോവ (റഷ്യ) ശൂന്യാകാശത്തെത്തിയ ആദ്യവനിതയായി.

1969: ജൂലൈ 20–ന് മനുഷ്യൻ ചന്ദ്രനിലിറങ്ങി (അപ്പോളോ–II)

1975: ഇന്ത്യയുടെ ആദ്യ കൃത്രിമ ഉപഗ്രഹം 'ആര്യഭട്ട' വിക്ഷേപിച്ചു.

1988: സോവിയറ്റ് പര്യവേക്ഷകരായ മുസാ മനറോവും വ്ളാഡിമർ ടിറ്റോയും 'മിർ' എന്ന ബഹിരാകാശ വാഹനത്തിൽ ഒരുവർഷം ചെലവഴിച്ചു.

2008: ഇന്ത്യയുടെ ചന്ദ്രയാൻ ദൗത്യം വിജയകരമായി.

ഭോപ്പാൽ വാതകദുരന്തം: ഡിസംബർ 3, 1984

യൂണിയൻ കാർബൈഡ് കമ്പനിയുടെ ഇന്ത്യയിലെ ഭോപ്പാലിലുള്ള ഫാക്ടറിയിൽ 1984 ഡിസംബർ 3–ന് വാതകചോർച്ചയുണ്ടായി. Lethal Methyl Isocyanate ഗ്യാസിന്റെ ചോർച്ച ഈ നഗരത്തിലെ 3,500–ൽപ്പരം ജനങ്ങളെ കൊന്നൊടുക്കി. രണ്ടുലക്ഷത്തിലധികം പേർക്ക് ഈ വാതകചോർച്ചയുടെ ഫലമായി ആരോഗ്യനാശം സംഭവിച്ചു. യൂണിയൻ കാർബൈഡ് കമ്പനി വൻതുക നഷ്ടപരിഹാരമായി ദുരിതമനുഭവിച്ചവർക്ക് നൽകേണ്ടിവന്നു. എന്നിരുന്നാലും ഈ നഗരത്തിലെ ജനതയ്ക്ക് അപകടം വിതച്ച നാശത്തിൽനിന്ന് രക്ഷപ്പെടാൻ സാധിച്ചില്ല.

സോവിയറ്റ് യൂണിയനിലെ മാറ്റങ്ങൾ: 1985

1985 മാർച്ച് 11-ന് ഗോർബച്ചേവ് സോവിയറ്റ് യൂണിയന്റെ നേതാവായി. സോവിയറ്റ് യൂണിയനെ നവീകരിക്കുക എന്ന ലക്ഷ്യത്തോടെ ഗോർബച്ചേവ് ഗ്ലാസ്നോസ്ത് (തുറന്ന സമീപനം), പെരിസ്ട്രോയിക്ക (പുനഃസംഘടന) എന്നീ പദ്ധതികൾ നടപ്പിലാക്കി. സ്വതന്ത്രവിപണിക്കും വികേന്ദ്രീകരണത്തിനും മുൻതൂക്കം നൽകിയ ഗോർബച്ചേവ് സോവിയറ്റ് യൂണിയന്റെ ശിഥിലീകരണത്തിന് കാരണക്കാരനായി. മുൻകാലങ്ങളിൽ നിന്ന് മാറി അമേരിക്കയുമായി ബന്ധം സ്ഥാപിക്കാനും ഗോർബച്ചേവ് ശ്രമിച്ചു.

ഗോർബച്ചേവ്

അഗ്നിപർവത സ്ഫോടനം: നവംബർ 13, 1985

വടക്കൻ അമേരിക്കയിലെ നെവാദോ ദൽ റൂയിസ് (Nevado del Ruiz) പർവതം തീനാളങ്ങൾ പുറത്തുവിട്ടത് 1985 നവംബർ 13-നാണ്. 1595-ലും 1845-ലും ഇതേ പർവതം ലാവാപ്രവാഹത്തിന് കാരണമായിട്ടുണ്ട്. കനത്ത ചൂടിനെത്തുടർന്ന് സമീപ പ്രദേശത്തെ മഞ്ഞുരുകി ജലപ്രവാഹത്തിനും മണ്ണിടിച്ചിലിനും കാരണമായി. സമീപപ്രദേശത്തെ ആർമെരോ (Armero) പട്ടണമാണ് ദുരന്തം ഏറ്റുവാങ്ങേണ്ടിവന്നത്. ആയിരക്കണക്കിന് ജനങ്ങളാണ് ഈ പ്രകൃതിക്ഷോഭത്തിൽ കൊല്ലപ്പെട്ടത്. വൃക്ഷങ്ങളും വീടുകളും വാഹനങ്ങളും കനത്ത ജലപ്രവാഹത്തിൽ ഒഴുകിപ്പോയി. ആദ്യമായി ഒഴുകിയെത്തിയ വെള്ളം തണുത്തതായിരുന്നെങ്കിലും ലാവാ പ്രവാഹം കൂടിയായപ്പോൾ ഉഷ്ണജലം ജനങ്ങളെ കൊല്ലുവാൻ തുടങ്ങി. 1992-ൽ വീണ്ടും ഈ പർവതം സ്ഫോടനത്തിനിരയായി. എങ്കിലും ഇത്തവണ ദുരന്തങ്ങൾ ഉണ്ടായില്ല.

ഇരുപതാം നൂറ്റാണ്ടിലെ പ്രധാന അഗ്നിപർവത സ്ഫോടനങ്ങൾ:

Mount Pelee Eruphion - May 5, 1902
Mount St. Helens Emphion - May 18, 1980
El Chichon Eruption - March-April, 1982
Nevado del Ruiz Eruption - November 13, 1985

ഫിലിപ്പൈൻസിൽ ജനാധിപത്യത്തിന്റെ വെളിച്ചം: 1986

1986 ഫെബ്രുവരി 25-ന് ജനകീയ പ്രക്ഷോഭത്തിന്റെ ഫലമായി ഫിലിപ്പൈൻസിൽ ഏകാധിപതി ഫെർഡിനാന്റ് മാർക്കോസ് അധികാര

ത്തിൽനിന്ന് പുറത്തായി. കൊറാസോൺ അകിനോ നയിച്ച പ്രക്ഷോഭ മാണ് ഏകാധിപത്യത്തെ ഇല്ലാതാക്കിയത്. ഒരുവിഭാഗം പട്ടാളക്കാരുടെ സഹായത്തോടെ ജനക്കൂട്ടം പ്രസിഡന്റിന്റെ മാലകനാങ്ങ് കൊട്ടാരം വളയുകയും ജനരോഷം നാട്ടിലാകമാനം പടരുകയും ചെയ്തു. മാർക്കോസും കുടുംബവും ഹവായിലേക്ക് രക്ഷപ്പെട്ടതോടെ ഫിലിപ്പൈൻസിൽ ജനാധിപത്യയുഗം ആരംഭിച്ചു. പ്രസിഡന്റായിത്തീർന്ന കൊറാസോൺ കമ്യൂണിസ്റ്റ് ഒളിപ്പോരാളികളുമായി സന്ധിചെയ്തു. ഏറെ പ്രശ്നങ്ങൾതുടർന്നും അഭിമുഖീകരിക്കേണ്ടി വന്നെങ്കിലും ഫിലിപ്പൈൻസിൽ സ്വേച്ഛാധിപത്യം അവസാനിച്ചു.

പയ്യോളി എക്സ്പ്രസ്: 1986

പി ടി ഉഷ

1986-ലെ സോൾ ഏഷ്യൻ ഗെയിംസിൽ മലയാളി അത്‌ലറ്റ് പി ടി ഉഷ അത്ഭുതം സൃഷ്ടിച്ചു. നാലുസ്വർണവും ഒരു വെള്ളിയുമായി 'പയ്യോളി എക്സ്പ്രസ്' എന്ന് വിശേഷിപ്പിച്ച ഉഷ സുവർണതാരമായി. ഏഷ്യയിലെ ഏറ്റവും മികച്ച വനിതാ അത്‌ലറ്റായിരുന്നു ഉഷ ആ വർഷം. നിരവധി മേളകളിൽനിന്ന് നൂറിലധികം മെഡലുകൾ കരസ്ഥമാക്കിയ പി ടി ഉഷയെ ഇന്ത്യയും കേരളവും ആദരിച്ചു.

ചെർണോബിൽ (chernobyl) ദുരന്തം: ഏപ്രിൽ 26, 1986

ഉക്രൈനിലെ ചെർണോബിൽ ന്യൂക്ലിയർ പവർ പ്ലാന്റിൽ 1986 ഏപ്രിൽ 26-ന് ആണവ ദുരന്തം ഉണ്ടായി. ധാരാളം ജനങ്ങളെ ബാധിച്ച ഈ ആണവദുരന്തം ലോകത്തിന് വലിയ അപായ സൂചനയാണ് നൽകിയത്. 1000 മെഗാവാട്ട് വൈദ്യുതി ഉൽപ്പാദിപ്പിക്കുന്ന 4 പ്ലാന്റുകളാണ് ഇവിടെ ഉണ്ടായിരുന്നത്. റേഡിയേഷൻ മൂലം സമീപ പ്രദേശത്തെയും രാജ്യങ്ങളിലെയും ജനങ്ങൾക്ക് വൻ അപകടം ഉണ്ടായി. ദുരന്തത്തെ കൂടുതൽ അപകടകാരിയാക്കാതിരിക്കാൻ അപകടമുണ്ടായ പവർ പ്ലാന്റിനുചുറ്റും കോൺക്രീറ്റ്-സ്റ്റീൽ കവചമുണ്ടാക്കാൻ അധികാരികൾക്ക് സാധിച്ചു. സമീപ പ്രദേശങ്ങളിലെ കൃഷിക്ക് കനത്ത നാശമാണ് ഇതുമൂലം സംഭവിച്ചത്. ലോകത്തിലാകമാനം ന്യൂക്ലിയർ പ്ലാന്റുകൾക്കെതിരെ ജനരോഷമുയരാൻ ഈ ദുരന്തം കാരണമായി, 2000 ഡിസംബർ മാസത്തിൽ ചെർണോബിൽ പ്ലാന്റ് അടച്ചുപൂട്ടി.

ഇരുപതാം നൂറ്റാണ്ടിലെ വ്യവസായ ദുരന്തങ്ങൾ:

ഗ്രാന്റ് കാമ്പ് സ്ഫോടനം: ഏപ്രിൽ 16, 1947.
Three Mile Island Nuclear
Power Plant Accident (America) - March 28,, 1979.
Bhopal Poisonous Gas Leak - December 3, 1984.
Chernobyl Nuclear Power Plant Explosion - April 26, 1986.*

യാങ്ടിസി നദിയിലെ വെള്ളപ്പൊക്കം: 1988

ചൈനയിലെ ഏറ്റവും നീളംകൂടിയ യാങ്ടിസി നദി (Yangtze River) 1988-ൽ കരകവിഞ്ഞൊഴുകി. പസഫിക് സമുദ്രത്തിലെ എൽ

യാങ്ടിസി നദി

നിനോ (El Nino) പ്രതിഭാസവുമായി ബന്ധപ്പെട്ടാണ് യാങ്ടിസി കുപിതയായതെന്ന് പറയപ്പെടുന്നു. 1931, 1954, 1998 എന്നീ വർഷങ്ങളിലെ വെള്ളപ്പൊക്ക ദുരന്തങ്ങൾ ചൈനയ്ക്ക് ഏറെ നാശനഷ്ടങ്ങൾ വരുത്തിയിട്ടുണ്ട്. 1998 ജൂൺ മാസം മുതൽ സെപ്തംബർ വരെ ഈ ദുരന്തഭീഷണി നിലനിന്നു. രണ്ടായിരത്തോളം ജനങ്ങൾ ഈ ദുരന്തത്തിൽ കൊല്ലപ്പെട്ടു. ഏറെയുംപേർ ഉരുൾപൊട്ടൽ, മണ്ണൊലിപ്പ് എന്നിവയുമായി ബന്ധപ്പെട്ടാണ് മരണമടഞ്ഞത്. കൃഷിയുടെ നാശം പിൽക്കാലത്ത് ഭക്ഷ്യക്ഷാമത്തിന് കാരണമാകുകയും ഏകദേശം 166.6 ബില്യൺ യുവാൻ ചൈനയിലെ ജനങ്ങൾക്ക് നഷ്ടമാകുകയും ചെയ്തു.

സ്വാപോ സമരവും നമീബിയൻ സ്വാതന്ത്ര്യവും: 1988

1918 വരെ ജർമൻ കോളനിയായിരുന്നു നമീബിയ എന്ന ആഫ്രിക്കൻ രാജ്യം. ഒന്നാം ലോകയുദ്ധത്തെത്തുടർന്ന് നമീബിയ 'ലീഗ് ഓഫ് നേഷൻസി'ന്റെയും രണ്ടാം ലോകമഹായുദ്ധത്തെത്തുടർന്ന് ഐക്യരാഷ്ട്ര സംഘടനയുടെയും നിയന്ത്രണത്തിലായിരുന്നു ഈ രാജ്യം. ദക്ഷിണ ആഫ്രിക്കയിലെ വെള്ളക്കാരുടെ ഭരണകൂടം നമീബിയയെ നിയന്ത്രിക്കുവാൻ തുടങ്ങിയത് 1960-ന് ശേഷമുള്ള നമീബിയയെ കലാപഭൂമിയാക്കി. വംശീയ മേധാവിത്വവും ചൂഷണവും നമീബിയൻ ജനതയെ പട്ടിണിക്കാരാക്കി മാറ്റി. 1966 മുതൽ നമീബിയൻ വിമോചന പോരാട്ടം സ്വാപോ എന്ന സംഘടനയുടെ നേതൃത്വത്തിൽ ആരംഭിച്ചു. South-West Africa People's Organisation of Namibia അഥവാ Swapo അംഗോള (Angola) ആസ്ഥാനമാക്കിയാണ് ഗറില്ലായുദ്ധം ആരംഭിച്ചത്. അംഗോള, ക്യൂബ, സോവിയറ്റ് യൂണിയൻ എന്നീ രാജ്യങ്ങൾ ഈ പോരാളികൾക്ക് പിന്തുണ നൽകി. ദീർഘകാലത്തെ പോരാട്ടത്തിനൊടുവിൽ 1990 മാർച്ചിൽ നമീബിയ സ്വാതന്ത്ര്യം നേടി.

സാത്താനിക് വേഴ്സസ് (*The Satanic Versus*): 1988

സൽമാൻ റുഷ്ദി എഴുതിയ *The Satanic Versus* എന്ന നോവൽ ലോകത്തിലാകമാനം ഇസ്ലാമിക തീവ്രവാദികളുടെ എതിർപ്പിന് കാരണമായി. *ഖുർ ആൻ*, മുഹമ്മദ് നബി എന്നിവരെ നോവലിസ്റ്റ് അപമാനിച്ചതിനെതിരെയായിരുന്നു ഈ പ്രതിഷേധം. ഏകദേശം 9 പേരുടെ മരണത്തിനിടയാക്കിയ പ്രതിഷേധമാണ് പാകിസ്ഥാൻ, ഇന്ത്യ, ഇംഗ്ലണ്ട് എന്നിവിടങ്ങളിൽ നടന്നത്. 1989 ജനുവരി മുതൽ ഈ നോവൽ പരസ്യമായ കത്തിക്കലിന് ഇടയായി. ഇറാനിയൻ നേതാവ് അയത്തുള്ള ഖൊമേനി സൽമാൻ റുഷ്ദിയുടെ ഘാതകർക്ക് വൻതുക പ്രതിഫലം വാഗ്ദാനം ചെയ്തു. പ്രസാധകരായിരുന്ന വിക്കിങ്-പെൻഗ്വിനും ബന്ധപ്പെട്ടവർക്കും ഭീഷണിയുണ്ടായി. പല രാജ്യങ്ങളും

സൽമാൻ റുഷ്ദി

ഈ നോവൽ നിരോധിക്കാൻ തീരുമാനിച്ചത് ഈ പ്രതിഷേധത്തെത്തുടർന്നായിരുന്നു. എഴുത്തുകാരന്റെ സർഗാത്മകതയ്ക്കും സ്വാതന്ത്ര്യത്തിനും ഭീഷണി ഉയർത്തുന്ന നടപടിയാണെന്ന നിലയിൽ ഏറെ രാജ്യങ്ങൾ ഈ പ്രതിഷേധങ്ങളെ അപലപിച്ചു. എന്നാൽ ലോക

ത്തിൽ ഏറ്റവും കൂടുതൽ ചെലവാക്കപ്പെട്ട നോവലായിരുന്നു *സാത്താനിക് വേഴ്സസ്*. 1981–ൽ രചിച്ച *മിഡ് നൈറ്റ് ചിൽഡ്രൻ* എന്ന നോവലിലൂടെയാണ് സൽമാൻ റുഷ്ദി ലോകശ്രദ്ധ പിടിച്ചുപറ്റിയത്.

ഇറാഖിന്റെ കുവൈറ്റ് അധിനിവേശം: 1990

1990 ആഗസ്ത് 2–ന് ഇറാഖിന്റെ കുവൈത്ത് അധിനിവേശം നടന്നു. Operation Desert Shield എന്ന പേരിൽ യൂറോപ്യൻ രാജ്യങ്ങളും അമേരിക്കയും കുവൈത്തിനെ മോചിപ്പിക്കാൻ ഗൾഫ് പ്രദേശത്ത് എത്തിച്ചേർന്നു. 1991 ജനുവരി 16–ന് അന്താരാഷ്ട്ര സേന എന്ന നിലയ്ക്ക് ഇറാഖിനെതിരെ ആക്രമണം തുടങ്ങിയത് പേർഷ്യൻ ഗൾഫ് മേഖലയെ യുദ്ധപ്രദേശമാക്കി. Operation Desert Storm എന്നും Operation Desert Sabre എന്നുമുള്ള പദ്ധതികളിലൂടെ ഇറാഖിനെ അമേരിക്കൻ അനുകൂല സേനകൾ ആക്രമിച്ചു. ഇതേസമയം ഷിയാ വിഭാഗക്കാരും കുർദ് വംശജരും ഇറാഖിൽ ആഭ്യന്തര കലാപം തുടങ്ങിയത് ഇറാഖ് ഭരണാധികാരി സദ്ദാം ഹുസൈനെ കൂടുതൽ കുഴപ്പത്തിലാക്കി. ഇറാഖ് പരാജയപ്പെട്ടതിനെത്തുടർന്ന് അമേരിക്കൻ അനുകൂല സേനകൾ ഇറാഖിൽ തമ്പടിക്കുകയും നിരായുധീകരണ ദൗത്യത്തിന്റെ മറവിൽ സദ്ദാം ഹുസൈനെയും കൂട്ടരെയും പിടികൂടുകയും ചെയ്തു. ഇതേസമയം ഗൾഫ് മേഖലയെ നിയന്ത്രിക്കാൻ ശ്രമിച്ച അമേരിക്കൻ–യൂറോപ്യൻ സേനകൾക്കെതിരെ ഇസ്ലാമിക സമൂഹം പ്രതികരിക്കാൻ തുടങ്ങി. ഇറാഖിൽ പട്ടിണിയും ദുരിതവും ആഭ്യന്തര കലാപങ്ങളും വർധിക്കുകയും സമാധാനം പുനഃസ്ഥാപിക്കാൻ വന്നവർ ഇറാഖിനെ കൊള്ളയടിക്കുന്നവരായി മാറുകയും ചെയ്തു. സദ്ദാം ഹുസൈനും കൂട്ടാളികളും വധിക്കപ്പെട്ടത് ഇസ്ലാമിക തീവ്രവാദി സംഘടനകൾക്ക് ശക്തിപകർന്നു. അവരുടെ പ്രതിഷേധം അമേരിക്കയുടെ ആഭ്യന്തര സുരക്ഷയ്ക്കുപോലും ഭീഷണിയായി. സദ്ദാം ഹുസൈൻ ചെയ്ത ഒരു തെറ്റിനെ മറ്റൊരു മഹാപാപംകൊണ്ട് നേരിട്ട അമേരിക്കൻ നയത്തിന്റെ ദുരന്തമാണ് ഇന്ന് നാം കണ്ടുകൊണ്ടിരിക്കുന്നത്.

ചരിത്രത്തിന്റെ അന്ത്യവും അവസാന മനുഷ്യനും: 1992

അമേരിക്കൻ വാദിയും ജപ്പാനിൽനിന്ന് അവിടേക്ക് കുടിയേറിയതുമായ ഫ്രാൻസിസ് ഫുക്കുയാമ 1992–ൽ രചിച്ച ഗ്രന്ഥത്തിന്റെ പേരാണിത് (*End of history and the last man*). സോവിയറ്റ് യൂണിയന്റെ ശിഥിലീകരണം മുതലാളിത്തത്തിന്റെയും ആഗോളവൽക്കരണത്തിന്റെയും അനശ്വരത വ്യക്തമാക്കിയെന്നും പാശ്ചാത്യ മുതലാളിത്ത ഗവണ്മെന്റുകൾ മനുഷ്യനിർമിത സർക്കാരുകളുടെ ശാശ്വത ഉൽപ്പന്നമാണെന്നും ഫുക്കുയാമ വാദിച്ചു. ഏറെ വിമർശിക്കപ്പെട്ട ‘ചരിത്രത്തിന്റെ അന്ത്യം’ എന്ന വാദം സ്വതന്ത്ര കമ്പോളത്തെയും മുതലാളിത്തത്തെയും പിന്തു

ണയ്ക്കാൻ വേണ്ടിയുള്ളതായിരുന്നു. ദരീദയെപ്പോലുള്ളവർ (Jacques Derrida) മാർക്സിസത്തിന്റെ അന്ത്യം പ്രവചിക്കുവാനുള്ള മുതലാളിത്ത ഉൽക്കണ്ഠയിൽനിന്നാണ് ഈ വാദം ഉണ്ടായിരിക്കുന്നതെന്ന് വാദിച്ചു.

ബാബറി മസ്ജിദ് തകർത്തു: 1992

ഇന്ത്യൻ മതനിരപേക്ഷതയ്ക്കുമേലുള്ള ആക്രമണം

1992 ഡിസംബർ 6–ന് 450 വർഷം പഴക്കമുള്ള ഉത്തർ പ്രദേശിലെ ബാബറി മസ്ജിദ് ഹൈന്ദവ വർഗീയവാദികൾ തകർത്തു. മസ്ജിദ് പൊളിച്ച് ഇവിടെ രാമക്ഷേത്രം പണിയുമെന്ന ആക്രോശത്തോടെയാണ് വർഗീയവാദികൾ ഈ ചരിത്രസ്മാരകം ഇല്ലാതാക്കിയത്. 'കർസേവകർ' എന്നറിയപ്പെട്ട ഇവരുടെ പ്രവർത്തനം ഇന്ത്യാ ചരിത്രത്തിലെ കറുത്ത അധ്യായമായി. വർഗീയ സംഘർഷങ്ങൾക്ക് വഴിതെളിയിച്ച ഈ സംഭവം മതേതരത്വത്തിനേറ്റ വൻ ആഘാതം കൂടിയായിരുന്നു. വിശ്വഹിന്ദു പരിഷത്ത്, ബജ്രംഗ് ദൾ, ശിവസേന എന്നീ വർഗീയവാദികളാണ് ഇത് നടപ്പിലാക്കിയത്. പ്രസ്തുത സംഭവം ഇസ്ലാമിക തീവ്രവാദത്തിന് ഇന്ത്യയിൽ വേരുപിടിക്കാൻ കാരണമായി.

തസ്ലീമ നസ്രീൻ (Taslima Nasreen): 1993

ബംഗ്ലാദേശിലെ ന്യൂനപക്ഷങ്ങൾക്കെതിരെ നടക്കുന്ന പീഡനങ്ങളുടെ കഥ പ്രമേയമാക്കി രചിക്കപ്പെട്ട നോവലാണ് *ലജ്ജ* (*Lajja*). ബംഗ്ലാ

ദേശ് എഴുത്തുകാരിയായ തസ്ലീമ നസ്രീൻ രചിച്ച ഈ നോവൽ വലിയ വിവാദങ്ങൾക്ക് കാരണമായി. 1962–ൽ ജനിച്ച തസ്ലീമ ഒരു ഡോക്ടർ എന്ന നിലയിൽ നേരിൽക്കണ്ട അനുഭവങ്ങളിൽ നിന്നാണ് വനിതാ വിമോചന പ്രസ്ഥാനത്തിലെത്തുന്നത്. വനിതകൾക്ക് ഇസ്ലാംമതത്തിലുണ്ടായിരുന്ന സ്ഥാനം സംബന്ധിച്ചുള്ള തസ്ലീമയുടെ വീക്ഷണങ്ങൾ അവരെ ഇസ്ലാം മതപണ്ഡിതരുടെ ശത്രുവാക്കി. തസ്ലീമയുടെ നിരവധി രചനകൾ ബംഗ്ലാദേശിൽ നിരോധിക്കപ്പെട്ടു. ഇന്ത്യയിൽ നിരവധി സ്ഥലങ്ങളിൽ താമസിച്ച തസ്ലീമ ഇപ്പോൾ യൂറോപ്പിലാണ്. Narir Jono Desh Nei (*Women have no country*), Bondini (*Prisoner*) തുടങ്ങി നിരവധി കൃതികൾ ഇവർ രചിച്ചിട്ടുണ്ട്.

ചാനൽ ടണൽ: 1994

ഇംഗ്ലീഷ് ചാനലിന് കുറുകെ ഇംഗ്ലണ്ടിനെയും ഫ്രാൻസിനെയും ബന്ധിപ്പിക്കുന്ന സമുദ്രാന്തർ റെയിൽവേ ടണൽ 1994–ൽ പ്രാവർത്തികമായി. 35 മിനിറ്റിനുള്ളിൽ ഇംഗ്ലീഷ് ചാനൽ മറികടക്കാനുള്ള റയിൽവേ യാത്രയാണ് ഇതുവഴി സാധ്യമായത്. സമുദ്ര നിരപ്പിൽനിന്ന് 148 അടി താഴ്ചയിലാണ് ഈ 'ചാനൽ ടണൽ' നിർമിച്ചിരിക്കുന്നത്. 15 ബില്യൻ ഡോളർ ചെലവഴിച്ച് ഏഴുമാസം കൊണ്ടാണ് ഈ ടണൽ നിർമാണം പൂർത്തിയാക്കിയത്.

താലിബാൻ (Taliban): 1994

ലോകത്ത് ഏറ്റവും കൂടുതൽ ചർച്ച ചെയ്യപ്പെടുന്ന ഇസ്ലാമിക തീവ്രവാദികളാണ് താലിബാൻ (*Taliban*) എന്നറിയപ്പെടുന്നത്. അഫ്ഗാനിസ്ഥാനിൽ നിന്ന് റഷ്യൻ സൈന്യം പിന്മാറിയതിനെത്തുടർന്ന് ആഭ്യന്തര കലാപങ്ങൾ ഉണ്ടായ സന്ദർഭത്തിലാണ് പേർഷ്യൻ ഭാഷയിൽ 'വിദ്യാർഥികൾ' എന്നറിയപ്പെടുന്ന ഈ തീവ്രവാദികൾ രംഗത്ത് വന്നത്. അമേരിക്കൻ–ബ്രിട്ടീഷ് സേനകൾ ഇറാഖിൽ തമ്പടിച്ചതിനെത്തുടർന്ന് താലിബാൻ ഈ സാമ്രാജ്യത്വ ശക്തികൾക്കെതിരെ നീങ്ങി. അഫ്ഗാനിസ്ഥാനിലെ ഭീകരവാദികളെ നേരിടാനെന്ന പേരിൽ ഇന്ന് അന്താരാഷ്ട്ര സേനകൾ ഈ രാജ്യത്തെയും പാകിസ്ഥാനെയും ലക്ഷ്യം വച്ചിരിക്കുകയാണ്. കടുത്ത ഇസ്ലാമിക തത്വങ്ങൾ അടിച്ചേൽപ്പിക്കുന്ന താലിബാന്റെ പിന്തിരിപ്പൻ വാദം പൊതുജീവിതത്തിൽ സ്ത്രീകൾക്കുള്ള സ്വാതന്ത്ര്യത്തെയും എതിർക്കുന്നു. കടുത്ത ശിക്ഷകളും കോടതികളും നടപ്പിലാക്കി ഇസ്ലാമിക ലോകത്തിനായിട്ടാണ് ഈ സംഘടന നിലകൊള്ളുന്നത്. 2001 സെപ്തംബർ 11–ന് നടന്ന അമേരിക്കയിലെ ആക്രമണങ്ങൾക്ക് നേതൃത്വം കൊടുത്ത അൽ ഖയ്ദയും(Al-Qaeda) ഒസാമ ബിൻലാദനും (Osama bin Laden) താലിബാൻ സംഘവുമായി ബന്ധമുള്ളവരാണ്. ലോകത്തിലെ മതേതരത്വ സംസ്കാരത്തിന് ഭീഷണിയായ ഇസ്ലാമിക തീവ്ര

വാദത്തെ വളർത്തുന്നതിൽ സാമ്രാജ്യത്വ–മുതലാളിത്ത സംസ്കാരത്തിന് നിർണായക പങ്കാളിത്തമുണ്ട്.

ക്ലോണിങ് വിജയിക്കുന്നു: 1997

1997 ഫെബ്രുവരി 13–ന് സ്കോട്ട്ലാന്റിലെ റോസ്ലിൻ കാർഷിക ശാസ്ത്ര ഇൻസ്റ്റിറ്റ്യൂട്ടിലെ ഗവേഷകനായ ഡോ. ഇയാൻ വിൽമുട്ടും സംഘവും ഒരു ചെമ്മരിയാടിന്റെ അകിടിൽ നിന്നെടുത്ത കോശങ്ങളിൽനിന്ന് 'ഡോളി' എന്നു പേരിട്ട ചെമ്മരിയാട്ടിൻകുട്ടിയെ ക്ലോണിങ്ങിലൂടെ സൃഷ്ടിച്ചു. ആൺ, പെൺ ലൈംഗിക കോശങ്ങൾ സംയോജിപ്പിച്ച് ഭ്രൂണമായി തീരുകയും അത് വളർന്ന് കുഞ്ഞ് ജനിക്കുകയും ചെയ്യുന്ന പ്രകൃതിയുടെ സ്വാഭാവിക ലൈംഗിക പ്രത്യുൽപ്പാദന രീതിയെ ഡോളിയുടെ ജനനം തകിടം മറിച്ചു. മുറിച്ചെടുക്കുക എന്നർഥം വരുന്ന ലാറ്റിൻ പദത്തിൽ നിന്നാണ് ക്ലോണിങ് എന്ന വാക്കുണ്ടായത്. ഡോളി എന്ന ആട് 1998 ഏപ്രിൽ 20–ന് 'ബോണി' എന്ന ആട്ടിൻകുട്ടിയെ പ്രസവിച്ചു.

ഡോളി

ഇ എം എസ് ഓർമയായി: 1998

നവകേരള ശിൽപ്പിയും കേരള സംസ്ഥാനത്തിന്റെ ആദ്യ മുഖ്യമന്ത്രിയും ഇന്ത്യൻ കമ്യൂണിസ്റ്റ് പ്രസ്ഥാനത്തിന്റെ ആചാര്യനുമായിരുന്ന ഇ എം ശങ്കരൻ നമ്പൂതിരിപ്പാട് 1998 മാർച്ച് 19–ന് അന്തരിച്ചു. ഇന്ത്യൻ തൊഴിലാളിവർഗ പോരാട്ടത്തിന് ആദർശനിഷ്ഠമായ മാർഗം കാണിച്ചുകൊടുത്ത നേതാവായിരുന്നു ഇ എം എസ്. കേരളം മലയാളികളുടെ മാതൃഭൂമിയാക്കുന്നതിനും, 'കേരള മാതൃക' കെട്ടിപ്പടുക്കുന്നതിനും ഇ എം എസ് നേതൃത്വം നൽകി. സി പി ഐ (എം) ജനറൽ സെക്ര

നവകേരള ശിൽപ്പി

ട്ടറി, പോളിറ്റ് ബ്യൂറോ അംഗം, മുഖ്യമന്ത്രി, പ്രതിപക്ഷ നേതാവ്, നിയമസഭാംഗം എന്നീ നിലകളിൽ തിളങ്ങിയ ഇ എം എസ് വിജ്ഞാനമേഖലയിൽ സമാനതകളില്ലാത്ത സംഭാവന നൽകി. മികച്ച പത്രപ്രവർത്തകൻ, വാഗ്മി, എഴുത്തുകാരൻ, സംഘാടകൻ, ഗവേഷകൻ എന്നീ നിലകളിൽ ശോഭിച്ച ഇ എം എസ് നൂറിലധികം ഗ്രന്ഥങ്ങൾ ഇംഗ്ലീഷിലും മലയാളത്തിലുമായി രചിച്ചിട്ടുണ്ട്.

വെനിസ്വേല ദുരന്തം: 1999

1999 ഡിസംബർ 15–ന് കനത്ത മഴയെത്തുടർന്ന് വെനിസ്വേലയിലെ 30,000–ത്തിനടുത്ത് വരുന്ന ജനങ്ങൾക്ക് ജീവൻ നഷ്ടപ്പെട്ടു. ഇതിനേക്കാൾ ഏറെപ്പേർക്ക് വീടും വയലും നഷ്ടപ്പെട്ട വൻ ദുരന്തം വെള്ളപ്പൊക്കം മൂലമാണ് ഉണ്ടായത്. ഡിസംബർ മുഴുവൻ തകർത്തു പെയ്ത മഴ മണ്ണിടിച്ചിലും ദുരന്തങ്ങളും സൃഷ്ടിച്ചു. ലോകരാഷ്ട്രങ്ങളുടെ സംഭാവനയെയും സേവനത്തെയും തുടർന്നാണ് വെനിസ്വേല ദുരന്തത്തിന്റെ പ്രത്യാഘാതത്തിൽനിന്ന് ഉണർന്നെണീറ്റത്. വെനിസ്വലയുടെ കരുത്തനായ നേതാവ് ഹ്യൂഗോ ഷാവേസ് (Hugo Chavez) കാണിച്ച ഭരണനൈപുണ്യം ഈ ഘട്ടത്തിൽ എടുത്തുപറയേണ്ടതാണ്.

ഇരുപതാം നൂറ്റാണ്ടിലെ പ്രധാന വെള്ളപ്പൊക്ക ദുരന്തങ്ങൾ:

Heppner Flood - June 1903
Ohio Flood - March 13, 1913
Netherlands Flood - January-February 1953
Buffalo Creek Flood - February 1972
Rapid City Flood - June 1972
Big Thompson River Flood - 1976
Bangladesh Flood - 1988
Yangtze River Flood - 1998
Venezuela Flood - December 15, 1999
Mozambique Floods - February-March 2000

6

പ്രതീക്ഷയുടെ പുതുനൂറ്റാണ്ട്

പുതുനൂറ്റാണ്ടിനെ വരവേൽക്കുന്ന അമേരിക്കയിൽ വാർത്തകൾ ബഹുധ്രുവലോകത്തിന്റെ സാധ്യതകളാണ് വ്യക്തമാക്കുന്നത്. 2001 സെപ്തംബർ 11-ന് ഉണ്ടായ തീവ്രവാദികളുടെ ആക്രമണം തങ്ങളുടെ ആഗോള സാമ്രാജ്യത്വ യുദ്ധം വ്യാപിപ്പിക്കുന്നതിനുള്ള അവസരമാക്കി. ഇറാഖിൽ മാത്രം അഞ്ചുലക്ഷത്തോളം കുഞ്ഞുങ്ങളാണ് ഈ അധിനിവേശ സേനയ്ക്കു മുമ്പിൽ മരിച്ചുവീണത്. കൊറിയ, ഇറാൻ, അഫ്ഗാനിസ്ഥാൻ തുടങ്ങി നിരവധി രാജ്യങ്ങളിൽ ഏകധ്രുവ ലോകത്തിന്റെ ദുരന്തങ്ങൾ ഇന്ന് അനുഭവപ്പെട്ടു തുടങ്ങിയിരിക്കുന്നു. 1929-ലേതിന് സമാനമായ സാമ്പത്തിക പ്രതിസന്ധിയും കുറ്റബോധവും തീവ്രവാദ ഭീഷണിയും ഇന്ന് അമേരിക്കയെ വേട്ടയാടുകയാണ്. അതേസമയം സാമ്പത്തിക പ്രതിസന്ധിയെ അതിജീവിച്ച് ജനകീയ ചൈന മുന്നോട്ടുനീങ്ങുന്ന കാഴ്ചയാണ് നാം കാണുന്നത്. മുതലാളിത്തത്തെ സംരക്ഷിക്കാൻ അവശേഷിക്കുന്ന ഡോളറും മുടക്കുന്ന അമേരിക്ക ചൈനയുടെ സാമ്പത്തിക ഭദ്രതയ്ക്കു മുന്നിൽ അന്ധാളിച്ചു നിൽക്കുന്നു. മുതലാളിത്തമല്ല സോഷ്യലിസത്തിനാണ് വിജയമെന്ന് ഈ സംഭവങ്ങൾ തെളിയിക്കുന്നു. സോഷ്യലിസ്റ്റ് ക്രമം ശക്തിയാർജിക്കുന്നതും ബഹുധ്രുവലോകം പിറക്കുന്നതും ഇരുപത്തിയൊന്നാം നൂറ്റാണ്ടിനെ പ്രതീക്ഷയുള്ളതാക്കുന്നു. ആശാവഹമായ പുതുനൂറ്റാണ്ടിലെ പ്രധാന സംഭവങ്ങളുമാണ് ഈ അധ്യായത്തിൽ ചർച്ചയ്ക്കെടുത്തിരിക്കുന്നത്.

Y2K പ്രതിസന്ധി: 2000

കമ്പ്യൂട്ടർ പ്രോഗ്രാം ഡിസൈനുമായി ബന്ധപ്പെട്ട് 'ഇയർ 2000 പ്രോബ്ലം' എന്നതായിരുന്നു Y2K പ്രതിസന്ധി. 2K എന്നാൽ ഗ്രീക്ക്

ഭാഷയിൽ 2000 എന്നാണ് അർഥം. 1999 കഴിഞ്ഞാൽ വർഷം അടയാള പ്പെടുത്തുന്ന അവസാന രണ്ടക്ഷരങ്ങൾ '99' എന്നതിന് പകരം 2000 -ന്റെ '00' എന്നായിത്തീരും. ഇത് ധനകാര്യസ്ഥാപനങ്ങളിൽ പ്രത്യേകിച്ച് ബാങ്കുകളിൽ പ്രശ്നങ്ങൾ ഉണ്ടാക്കുമെന്നും കണക്കുകൾ കുഴഞ്ഞുമ റിയുമെന്നും നിക്ഷേപങ്ങൾ നഷ്ടപ്പെടുമെന്നും ഉള്ള ഭയം ലോകമെങ്ങും പ്രചരിച്ചു. എന്നാൽ കമ്പ്യൂട്ടർ രംഗത്തെ വിദഗ്ധർ ഈ പ്രശ്നം പരിഹ രിക്കുകയും ലോകത്ത് വ്യാപകമായ ഭീതി ഇല്ലാതാവുകയും ചെയ്തു.

കനത്ത ഭൂചലനങ്ങൾ: 2001

2001 ജനുവരി 26-ന് ഗുജറാത്തിലെ ഭുജ് കേന്ദ്രമായി ഇന്ത്യയിൽ ഭൂചലനമുണ്ടായി. ഇന്ത്യയുടെ അയൽ രാജ്യങ്ങളിലും അനുഭവപ്പെട്ട ഭൂച ലനമായിരുന്നു ഇത്. റിക്ടർ സ്കെയിലിൽ (Richtor Scale) 7.9 രേഖ പ്പെടുത്തിയ മഹാദുരന്തമായിരുന്നു ഇത്. 15000ത്തിൽ അധികം പേർ കൊല്ലപ്പെട്ട ഈ ദുരന്തത്തെത്തുടർന്ന് 6 ലക്ഷം പേർക്ക് വീടില്ലാതാവു കയും 61,000ത്തിലധികം പേർ മുറിവേറ്റവരാകുകയും ചെയ്തു. 1956-നുശേഷം ഉത്തർപ്രദേശ്, ബീഹാർ, മഹാരാഷ്ട്ര എന്നിവിടങ്ങളിൽ ഭൂച ലനങ്ങൾ ദുരന്തങ്ങൾ സൃഷ്ടിച്ചിട്ടുണ്ട്.

1900-ത്തിനും 2000-നും ഇടയ്ക്ക് ലോകത്തുണ്ടായ പ്രധാന ഭൂചലനങ്ങൾ താഴെപ്പറയുന്നു

San Francisco Earthquake - April 18, 1906
Tokyo - Yokohama - September 1, 1923
India (Great Quetta Earthquake), - May, 1935
Chile - January 24, 1939
Alaska (Good Friday Earthquake) - March 27, 1964
Peru - May 31, 1970
Nourthern China - July 28, 1976
Guatemala - February 4, 1976
Central Mexico - September 19, 1985
Armenia - December 7, 1988
Northern Iran - June 21, 1990
Kobe - January 17, 1995
Thurkey - August 17, 1999
Taiwan - September 21, 1999
India - January 26, 2001.

അമേരിക്കയെ വിറങ്ങലിപ്പിച്ച സെപ്തംബർ 11: 2001

ഈ നൂറ്റാണ്ടിന്റെ ആദ്യവർഷം കണ്ട വൻ ദുരന്തമായിരുന്നു അമേരിക്കയിൽ 2001 സെപ്തംബർ 11–ന് അൽ–ഖയ്ദ തീവ്രവാദികൾ വേൾഡ് ട്രേഡ് സെന്ററിനും വാഷിങ്ടൺ ഡി സിക്കും നേരെ നടത്തിയ ആക്രമണം. അൽ ഖയിദ (Al-Qaeda) സംഘത്തിലെ 19 ഭീകരവാദികൾ വിമാനങ്ങൾ ഉപയോഗിച്ചാണ് ഈ ആക്രമണം നടത്തിയത്. വേൾഡ് ട്രേഡ് സെന്റർ ആക്രമിച്ചത് രണ്ട് വിമാനങ്ങൾ ഉപയോഗിച്ചായിരുന്നു. ഈ കെട്ടിടം തകർന്നതിനെത്തുടർന്ന് 2,750 പേർ ന്യൂയോർക്ക് പട്ടണത്തിലും തുടർ ആക്രമണത്തിൽ 184 പേർ പെന്റഗണിലും കൊല്ലപ്പെട്ടു. അൽ ഖയ്ദ തലവൻ ഒസാമ ബിൻ ലാദനും, താലിബാൻ സംഘത്തിനും വേണ്ടി അമേരിക്ക പടയ്ക്ക് പുറപ്പെടുമ്പോൾ, ആക്രമണത്തിന്റെ ഫലമായി സമ്പദ്വ്യവസ്ഥ താറുമാറായി തുടങ്ങിയിരുന്നു.

വേൾഡ് ട്രേഡ് സെന്റർ തകർക്കപ്പെടുന്നു

അമേരിക്കൻ സേന അഫ്ഗാനിസ്ഥാനിൽ: 2001

'ഓപ്പറേഷൻ എൻഡ്യുറിങ് ഫ്രീഡം' എന്ന പടനീക്കത്തിലൂടെ അമേരിക്കൻ സേന അഫ്ഗാനിസ്ഥാനിലെത്തി. സെപ്തംബർ 11–ന് അമേരിക്കയിൽ തീവ്രവാദികൾ നടത്തിയ പോരാട്ടത്തിന് മറുപടിയായാണ് തീവ്രവാദത്തെ നേരിടാൻ എന്ന പേരിൽ അമേരിക്ക അഫ്ഗാനിസ്ഥാനിലേക്ക് പട്ടാളത്തെ അയച്ചത്. റഷ്യൻ സേന അഫ്ഗാനിസ്ഥാനിൽനിന്ന് പിന്മാറിയപ്പോൾ, താലിബാൻ തീവ്രവാദികൾ അവിടെ ഭരണം പിടിച്ചെടുത്തിരുന്നു. ഇവിടെയാണ് അൽ–ഖയിദാ തലവൻ ഒസാമ ബിൻ ലാദൻ ഒളിവിൽ കഴിയുന്നതെന്നാണ് അമേരിക്കൻ വാദം. ബ്രിട്ടൻ, കാനഡ, ആസ്ട്രേലിയ എന്നീ രാജ്യങ്ങൾ അമേരിക്കയെ സഹായിക്കാൻ തീരുമാനിച്ചു. ഇസ്ലാമിക തീവ്രവാദികളായ താലിബാൻ അംഗങ്ങൾ വിഗ്രഹാരാധനയെ എതിർക്കുന്നത് മൂലം രണ്ടായിരത്തിലധികം വർഷം പഴക്കമുള്ള അഫ്ഗാനിസ്ഥാനിലെ ബുദ്ധമതവിഹാരങ്ങൾ തകർത്തിരുന്നു. സ്ത്രീ സ്വാത

ന്ത്ര്യത്തെ എതിർക്കുന്ന താലിബാൻ, അവിടെ പെൺകുട്ടികളുടെ വിദ്യാഭ്യാസത്തെയും എതിർക്കുന്നു. അമേരിക്കൻ നേതൃത്വത്തിലുള്ള സംയുക്ത സേനയ്ക്കെതിരെ ഒളിപ്പോർ പോരാട്ടത്തിലേർപ്പെട്ടിരിക്കുകയാണ് താലിബാൻ പട്ടാളം.

പശ്ചിമബംഗാൾ ഇടതുപക്ഷ ഗവണ്മെന്റ് 25 വർഷം തികച്ചു: 2002

2002 ജൂൺ 21-ന് പശ്ചിമബംഗാളിൽ സി പി ഐ (എം) (കമ്യൂണിസ്റ്റ് പാർട്ടി ഓഫ് ഇന്ത്യ (മാർക്സിസ്റ്റ്)) നേതൃത്വം നൽകുന്ന ഇടതുപക്ഷ സർക്കാർ തുടർച്ചയായ ഭരണത്തിന്റെ 25 വർഷം പൂർത്തിയാക്കി. 1977-ൽ ജ്യോതിബസുവിന്റെ നേതൃത്വത്തിലാണ് പശ്ചിമബംഗാൾ സംസ്ഥാന ഗവണ്മെന്റ് രൂപീകരിച്ചത്. തുടർന്നുള്ള നീണ്ട 23 വർഷവും ഇടതുപക്ഷ ഗവണ്മെന്റുകളെ നയിച്ചത് ജ്യോതി ബസുവായിരുന്നു. തിരഞ്ഞെടുക്കപ്പെട്ട ഇടതുപക്ഷ ഗവണ്മെന്റുകളുടെ കാര്യത്തിൽ ഇത് ഒരു ലോകറെക്കോർഡാണ്. ഭൂപരിഷ്കരണം, വ്യാവസായിക മുന്നേറ്റം, ഗ്രാമീണ പുനരുദ്ധാരണം തുടങ്ങിയ മേഖലകളിൽ പശ്ചിമബംഗാൾ സർക്കാർ നടപ്പിലാക്കിയ വികസന നടപടികളാണ് ഈ ജനകീയ പിന്തുണയ്ക്ക് സഹായകരമായത്. ഇന്ത്യയിൽ മികച്ച രീതിയിൽ വൈദ്യുതി ഉൽപ്പാദനം നടത്തുന്നതും, ഫലപ്രദമായ രീതിയിൽ പഞ്ചായത്തീ രാജ്-വികേന്ദ്രീകരണ ഭരണം നടപ്പിലാക്കിയതും പശ്ചിമബംഗാളിലെ ഇടതുപക്ഷ സർക്കാരാണ്. നിയമസഭയിൽ മാത്രമല്ല, ലോക്സഭയിലും ഇടതുപക്ഷം ഏറെ വർഷങ്ങളായി ഈ സംസ്ഥാനത്ത് ആധിപത്യം നിലനിർത്തുകയാണ്. ഈ പുസ്തകം പ്രസിദ്ധീകരിക്കപ്പെടുന്ന സന്ദർഭത്തിൽ ബംഗാളിലെ ഇടതുപക്ഷ ഗവണ്മെന്റ് 32 വർഷം പൂർത്തിയാക്കുകയാണ്. തൊഴിലാളി-കർഷക താൽപ്പര്യങ്ങൾ സംരക്ഷിക്കുന്ന ഇടതുപക്ഷ മുന്നേറ്റത്തിന് ഇന്ത്യയിൽ ശുഭപ്രതീക്ഷ നൽകുന്നതാണ് ഈ സംഭവം.

ഗുജറാത്തിലെ വർഗീയ കലാപം: 2002

മതേതരത്വ ഇന്ത്യയുടെ മുഖം വികൃതമാക്കിയ വർഗീയ കലാപമാണ് 2002-ൽ ഹൈന്ദവ തീവ്രവാദികളുടെ നേതൃത്വത്തിൽ ഗുജറാത്തിൽ അരങ്ങേറിയത്. മുസ്ലിം ന്യൂനപക്ഷങ്ങൾക്കെതിരെ നടന്ന നരഹത്യാ ആക്രമണത്തിൽ ധാരാളം പേർക്ക് ജീവൻ നഷ്ടപ്പെട്ടു. മാനഹാനിക്കും കൊടുംക്രൂരതയ്ക്കും സ്ത്രീകളും കുട്ടികളും വിധേയരായി. സംഘപരിവാർ, വിശ്വഹിന്ദു പരിഷത്ത്, ആർ എസ് എസ് സംഘടനകളാണ് ഈ ആക്രമണത്തിന് നേതൃത്വം നൽകിയത്. ബി ജെ പി നേതാക്കളായ അടൽ ബിഹാരി വാജ്പേയ് പ്രധാനമന്ത്രിയായും നരേന്ദ്ര മോഡി ഗുജറാത്ത് മുഖ്യമന്ത്രിയായും അധികാരത്തിലിരുന്ന സമയത്താണ് ഈ നരവേട്ട നടന്നത്. ഗുജറാത്ത് പൊലീസ് അക്രമകാരികൾക്ക് സഹായം

നൽകിയതിനാൽ ആക്രമിക്കപ്പെട്ടവരുടെ എണ്ണം കൂടി. ഗോധ്ര ട്രെയിൻ സംഭവവുമായി ബന്ധപ്പെട്ടാണ് ഫെബ്രുവരി 27–ന് (2002) ശേഷം കലാപം തുടങ്ങിയത്. 151 പട്ടണങ്ങളിലും 993 ഗ്രാമങ്ങളിലും ന്യൂനപക്ഷങ്ങൾ ആക്രമിക്കപ്പെട്ടു. ഔദ്യോഗിക കണക്കനുസരിച്ച് വർഗീയ കലാപത്തിൽ 1044 പേർക്ക് മരണമുണ്ടായി. എന്നാൽ നിരവധി പേർ മരിച്ചതായും, അനേകം പേരെ കാണാതായതായും വളരെയധികം പേർക്ക് പരിക്കേറ്റതായും അനൗദ്യോഗിക കണക്കുകൾ കാണിക്കുന്നു. നിരവധി കമീഷനുകൾ നിയമിക്കപ്പെട്ടെങ്കിലും കുറ്റവാളികൾ ശിക്ഷിക്കപ്പെടാത്തത് ന്യൂനപക്ഷങ്ങളുടെ സുരക്ഷയ്ക്ക് ഭീഷണിയാണ്.

കൊളംബിയ ദുരന്തം: 2003

ബഹിരാകാശത്തുനിന്ന് മടങ്ങുകയായിരുന്ന അമേരിക്കൻ സ്പേസ് ഷട്ടിൽ 'കൊളംബിയ' ഭൗമാകാശത്ത് വച്ച് പൊട്ടിത്തെറിച്ചതിനെത്തുടർന്ന് അതിലുണ്ടായിരുന്ന ഇന്ത്യക്കാരിയായിരുന്ന കൽപ്പനാ ചൗളയും അന്തരിച്ചു. ഭൂമിയിൽ ഇറങ്ങുന്നതിന് 16 മിനിറ്റ് അവശേഷിക്കുമ്പോഴായിരുന്നു കൊളംബിയ പൊട്ടിത്തെറിച്ചത്. ഹരിയാനയിലെ കർണാലിലാണ് കൽപ്പന 1962–ൽ ജനിച്ചത്. 1984–ൽ അമേരിക്കൻ പൗരത്വം നേടിയ കൽപ്പന ചൗള എയ്റോനോട്ടിക്കൽ എഞ്ചിനീയറിങ് ഗവേഷകയായിരുന്നു.

സുനാമി: 2004

2004 ഡിസംബർ 24–ന് ഇന്തോനേഷ്യയിലെ സുമാത്രാ ദ്വീപിന

സുനാമി

ടുത്ത് ഇന്ത്യൻ മഹാസമുദ്രത്തിലുണ്ടായ ഭൂകമ്പത്തിന്റെ ഫലമായി വൻ തിരമാലകൾ (Tsunami) വിവിധ രാജ്യങ്ങളിൽ അടിച്ചുകയറി രണ്ടരല ക്ഷത്തിലധികം ആളുകൾ മരണപ്പെട്ടു. വൻ ദുരന്തമുണ്ടാക്കിയ സുനാമി തിരകൾ കന്നുകാലികൾക്കും വീടുകൾക്കും വൻ നാശം വിതച്ചു. ഇന്ത്യ യിൽ 10,749 പേരാണ് മരിച്ചതെന്ന് സുനാമി കണക്കുകൾ കാണിക്കു ന്നു. ഇന്തോനേഷ്യ, ശ്രീലങ്ക, ഇന്ത്യ എന്നീ രാജ്യങ്ങളിലാണ് ഏറ്റവും കൂടുതൽ മനുഷ്യജീവൻ നഷ്ടമായത്. കേരളത്തിൽ കൊല്ലം, ആലപ്പുഴ തീരങ്ങളിൽ സുനാമി ആക്രമണമുണ്ടായതോടെ 180 മനുഷ്യജീവൻ നഷ്ടമായി. രണ്ടായിരത്തോളം പേർക്ക് പരിക്ക് പറ്റുകയും 5805 വീടു കൾ തകരുകയും ചെയ്തു. മത്സ്യബന്ധന വ്യവസായവും വിനോദ സഞ്ചാര മേഖലയും ഇതോടെ തകരാറിലായി.

സദ്ദാം ഹുസൈൻ വധിക്കപ്പെട്ടു: ഡിസംബർ 30, 2006

ഇറാഖിലെ അമേരിക്കൻ അധിനിവേശത്തെ ന്യായീകരിക്കുന്നതിന് സദ്ദാം ഹുസൈനെ കുറ്റവാളിയായി പിടികൂടിയ സാമ്രാജ്യത്വ കോടതി വധശിക്ഷ നടപ്പിലാക്കി. ഇറാൻ, കുവൈറ്റ് യുദ്ധങ്ങളിൽ കൊല്ലപ്പെട്ട നിരപരാധികളേക്കാൾ എത്രയോ അധികം അമേരിക്കൻ അധിനിവേ ശത്തെത്തുടർന്ന് ഇറാഖിൽ കൊല്ല പ്പെട്ടുകൊണ്ടിരിക്കുന്ന സമയത്താണ് 1982–ൽ ദുജൈൽ പട്ടണത്തിൽ 182 പേരെ കൊന്നൊടുക്കി എന്ന ആരോ പണത്തിന്റെ അടിസ്ഥാനത്തിൽ സദ്ദാം ഹുസൈനെ തൂക്കിലേറ്റിയത്. അമേരിക്കയിലെ ബുഷ് ഭരണകൂട ത്തിനെതിരെ ലോകത്തിലാകമാനം പ്രതിഷേധ കൊടുങ്കാറ്റാണ് ഈ വാർത്തയെത്തുടർന്നുണ്ടായത്.

സദ്ദാം ഹുസൈൻ

രക്തസാക്ഷി പരിവേഷം ലഭിച്ച സദ്ദാം ലോകത്തിലെ സാമ്രാജ്യത്വ വിരുദ്ധ പ്രക്ഷോഭകരുടെ ആവേശമായി. വിശുദ്ധമാസത്തിൽ *ഖുർ ആനും* കൈയിലേന്തിയാണ് സദ്ദാം മരണത്തെ വരിച്ചത്.

ബേനസീർ ഭൂട്ടോയുടെ വധം: ഡിസംബർ 27, 2007

ആധുനിക കാലത്ത് ഒരു മുസ്ലിം മതവിശ്വാസിയായ വനിത പ്രധാ നമന്ത്രിയായ പാകിസ്ഥാനിൽ പുരോഗമനത്തെ ഇല്ലാതാക്കുന്ന മാറ്റങ്ങൾ നടന്നുകൊണ്ടിരിക്കുകയാണ്. ഇതിൽ ഏറ്റവും സുപ്രധാനമായ സംഭവ മായിരുന്നു ആ വനിതയായ ബേനസീർ ഭൂട്ടോയെ 2007 ഡിസംബർ 27–ന് വധിച്ചത്. ആധുനിക വിദ്യാഭ്യാസത്തിലൂടെയും പുരോഗമന വീക്ഷണ ത്തിലൂടെയും പേരെടുത്ത ഭൂട്ടോ പാകിസ്ഥാൻ പീപ്പിൾസ് പാർട്ടി നേതാ

വായിരുന്നു. 1979 മുതൽ 1984 വരെ വീട്ടുതടങ്കലിലും, 1984 മുതൽ 2007 വരെ വിദേശത്തും കഴിയേണ്ടി വന്ന ബേനസീർ 2007 ഒക്ടോബറിലാണ് പൊതുമാപ്പിനെത്തുടർന്ന് കറാച്ചിയിൽ തിരിച്ചെത്തിയത്. മതതീവ്രവാദികളുടെയും അഴിമതി നേതാക്കളുടെയും നിയന്ത്രണത്തിലേക്ക് വഴുതിവീഴുന്ന പാകിസ്ഥാൻ ദുരന്തങ്ങൾ ഓരോന്നായി ഏറ്റുവാങ്ങുകയാണ്.

ബയോഫ്യുവൽ (Bio fuel) അഥവാ ജൈവ എണ്ണ: 2007

ഊർജപ്രതിസന്ധിക്ക് ഉത്തരമായി മുതലാളിത്ത രാജ്യങ്ങൾ 2007–ൽ മുന്നോട്ടുവച്ച നിർദേശമാണ് ജൈവ എണ്ണ എന്നത്. ധാന്യങ്ങളിൽനിന്ന് ഉൽപ്പാദിപ്പിച്ചെടുക്കുന്ന ജൈവ എണ്ണയ്ക്ക് ലോകത്തിലെ പെട്രോളിയം ഉപഭോഗം സൃഷ്ടിക്കുന്ന വിപത്തുക്കൾ ഒന്നും തന്നെയില്ല എന്നതാണ് പുതിയ വാദം. എന്നാൽ ബയോഡീസൽ ഉൽപ്പാദനം ഇന്ന് അമേരിക്കയെപ്പോലുള്ള രാജ്യങ്ങൾ ആരംഭിച്ചിരിക്കുന്നത് ലോകത്ത് ഭക്ഷ്യ പ്രതിസന്ധി ഉണ്ടാകുമെന്ന വാദം ശക്തമാക്കിയിരിക്കുകയാണ്. മൂന്നാം ലോകരാജ്യങ്ങൾ വേണ്ടത്ര ഭക്ഷ്യധാന്യങ്ങൾക്കായി പൊരുതുമ്പോൾ ഭക്ഷ്യ ആവശ്യത്തിന് വേണ്ട ധാന്യങ്ങൾ ഊർജത്തിനായി ഉപയോഗിക്കാനാകുമോ എന്നതാണ് ഇതുയർത്തുന്ന ചോദ്യം. എത്തനോൾ, ബയോഡീസൽ എന്നിവയ്ക്കായി ധാന്യങ്ങൾ മാത്രമല്ല മറ്റ് കാർഷിക വസ്തുക്കളും ഉപയോഗിക്കാമെന്ന് മുതലാളിത്ത ലോകം കണ്ടെത്തിയിരിക്കുകയാണ്. ആഗോള താപനത്തെ മറികടക്കാൻ ലോകത്തിന്റെ കാർഷിക മേഖലയും പ്രകൃതിയും കൂടി ചൂഷണം ചെയ്യപ്പെട്ടാൽ നാം മറ്റ് ദുരന്തങ്ങളെക്കൂടി അഭിമുഖീകരിക്കേണ്ടി വരും. അതേസമയം വർധിച്ചുവരുന്ന അന്തരീക്ഷ മലിനീകരണവും ആശങ്കയുളവാക്കുന്നുണ്ട്.

ഹ്യൂഗോ ഷാവേസ് എന്ന ബൊളീവിയൻ വിപ്ലവകാരി: 2008

ഹ്യൂഗോ ഷാവേസ് (Hugo Chavez) വെനിസ്വലയിൽ (Venezuela) നടപ്പിലാക്കിക്കൊണ്ടിരിക്കുന്ന വിപ്ലവ സമാനമായ മാറ്റങ്ങൾ സോഷ്യലിസ്റ്റ് വ്യവസ്ഥയുടെ വിജയത്തിനാധാരമായിരിക്കുന്നു. ജനകീയ ജനാധിപത്യത്തിനും സാമ്പത്തിക സ്വാതന്ത്ര്യത്തിനും വരുമാനത്തിന്റെ സമതുലിതമായ വിതരണത്തിനും അഴിമതി അവസാനിപ്പിക്കാനും ഒരു ബൊളീവിയൻ വിപ്ലവം ആണ് വെനിസ്വേലയിൽ നടപ്പിലാക്കുന്നത് എന്ന് ഷാവേസ് വാദിക്കുന്നു. സൈമൺ ബൊളീവർ പ്രചരിപ്പിച്ച വിപ്ലവ ദർശനങ്ങളാണ്

ഹ്യൂഗോ ഷാവേസ്

ഷാവേസിന്റെ മുതൽക്കൂട്ട്. വെനിസ്വലയുടെ പെട്രോളിയം നിക്ഷേപത്തിൽ സർക്കാർ മേധാവിത്വം സ്ഥാപിക്കുകയാണ് ലക്ഷ്യമെന്ന് ഇദ്ദേഹം പറയുന്നു. 1998 മുതൽ വെനിസ്വലയുടെ പ്രസിഡന്റായ ഷാവേസ് ലാറ്റിനമേരിക്കൻ രാജ്യങ്ങളുടെ നേതാവായിരിക്കുന്നു. 21-ാം നൂറ്റാണ്ടിലെ സോഷ്യലിസം എന്നാണ് ഷാവേസിന്റെ വിജയത്തെ സൂചിപ്പിക്കുന്നത്. അമേരിക്കൻ സാമ്രാജ്യത്വത്തെ വെല്ലുവിളിക്കാൻ ക്യൂബയെപ്പോലെ ഷാവേസിന്റെ വെനിസ്വലയും വളർന്നിരിക്കുന്നു.

ബീജിങ് ഒളിമ്പിക്സ്: 2008

16 ദിവസം നീണ്ടുനിന്ന 2008-ലെ ഒളിമ്പിക്സ് മേള ചൈന മികവുറ്റ രീതിയിലാണ് സംഘടിപ്പിച്ചത്. ലോകത്തിലെ കിടയറ്റ രാജ്യമായി ചൈന വളർന്നുവെന്ന് വിളിച്ചുപറയുന്ന രീതിയിലാണ് കായികമേള നടന്നത്. മെഡൽ പട്ടികയിൽ ഒന്നാംസ്ഥാനത്തെത്തിയതോടെ ഈ നിലപാട് ദൃഢമായി. എട്ട് സ്വർണമെഡലുകൾ നേടിയ നീന്തൽതാരം ഫെൽപ്സ് (Michael Phelps) മൂന്നുസ്വർണമെഡലുകളും മൂന്നുലോകറെക്കോർഡും സ്ഥാപിച്ച ഉസൈൻ ബോൾട്ടും (Usain Bolt) ലോകവിസ്മയങ്ങളായത് ബീജിങ് ഒളിമ്പിക്സിനെ വേറിട്ടതാക്കി. സമാധാനത്തിന്റെയും സൗഹൃദത്തിന്റെയും മേളയായി കാണുന്ന ഒളിമ്പിക്സ് അടുത്ത മേള 2012-ൽ ലണ്ടനിൽ കൂടി.

21-ാം നൂറ്റാണ്ട് ചൈനയുടേതാകുമോ: 2008

2008 ആഗസ്റ്റിലെ ഒളിമ്പിക്സ് കായികമേള അത്ഭുതത്തോടെയാണ് ലോകം വീക്ഷിച്ചത്. ബീജിങ് പട്ടണത്തിൽ സംഘടിപ്പിച്ച ലോക കായികമേള അതിന്റെ അച്ചടക്കം കൊണ്ടും സാങ്കേതിക മികവുകൊണ്ടും ചൈനയുടെ യശസ്സ് വർധിപ്പിച്ചു. മാധ്യമ സർവേകൾ പ്രകാരം ലോകത്തെ ഭൂരിഭാഗം ജനങ്ങളും ചൈന ഈ നൂറ്റാണ്ടിൽ ലോകത്തിലെ ഒന്നാംകിട രാജ്യമാകുമെന്ന് വിശ്വസിക്കുന്നു. 54ശതമാനം അമേരിക്കക്കാർ പോലും ഈ ചിന്താഗതിക്കാരാണ് എന്നതാണ് ശ്രദ്ധേയം. സാമ്പത്തിക, രാഷ്ട്രീയ, സാംസ്കാരിക, സൈനിക മേഖലകളിൽ ഇതിനുള്ള ശക്തി ചൈന നേടിയിട്ടുണ്ട്.

ബറാക് ഹുസൈൻ ഒബാമ എന്ന കറുത്ത വംശജൻ അമേരിക്കൻ പ്രസിഡന്റ്: 2008

അമേരിക്കയുടെ 44-ാമത് പ്രസിഡന്റായി കറുത്ത വർഗക്കാരൻ ബറാക് ഹുസൈൻ ഒബാമ (Barrack Hussein Obama) തിരഞ്ഞെടുക്കപ്പെട്ടത് ഈ നൂറ്റാണ്ടിലെ പ്രതീക്ഷാനിർഭരമായ സംഭവമായി. സാമ്രാജ്യത്വ ചൂഷണത്തിനും ഏകധ്രുവലോകത്തിനും അറുതിവരുത്തുന്ന നട

ബരാക് ഹുസൈൻ ഒബാമ

പടികൾക്ക് അന്ത്യമാകുമെന്ന പ്രതീക്ഷയോടൊപ്പം, അമേരിക്കയിലെ വംശീയ വിദ്വേഷത്തിന് അറുതിയാവുമെന്നും ലോകജനത വിശ്വസിക്കുന്നു. ലാറ്റിനമേരിക്കൻ രാജ്യങ്ങൾ പ്രത്യേകിച്ചും ക്യൂബ, വെനിസ്വല എന്നീ രാജ്യങ്ങളുമായി സൗഹൃദം വേണമെന്ന് ഒബാമ പ്രഖ്യാപിച്ചിരിക്കുന്നു. അരിസോണയിലെ ജോൺ മെക്കയിനെ (John Mecain) തോൽപ്പിച്ചാണ് ഒബാമ പ്രസിഡന്റായത്. ജോർജ് ബുഷ് പിന്തുടർന്ന നയങ്ങൾ മാറ്റിമറിക്കുമെന്ന പ്രതീക്ഷയിലാണ് ലോകം. ലോകസാമ്പത്തിക പ്രതിസന്ധി അമേരിക്കയിൽ നിന്നാരംഭിച്ചതും, അമേരിക്കൻ നയങ്ങളുടെ ഫലമായി ഇസ്ലാമിക തീവ്രവാദം രൂക്ഷമായതും അമേരിക്കയ്ക്ക് തീരാശാപങ്ങളായിരിക്കുകയാണ്.

തീവ്രവാദികൾ മുംബൈ ആക്രമിക്കുന്നു: 2008

2008 നവംബർ 26-ന് മുംബൈ നഗരത്തിലെ ഛത്രപതി ശിവജി ടെർമിനസ് റെയിൽവേ സ്റ്റേഷൻ, ഒബ്റോയ് ട്രിഡന്റ് ഹോട്ടൽ, താജ് ഹോട്ടൽ, ലിയോ പോൾഡ് കഫേ, കാമ ആശുപത്രി, നരിമാൻ ഹൗസ്, മെട്രോ സിനിമ, സെന്റ് സേവ്യേർസ് കോളേജ് എന്നിവിടങ്ങളിൽ ഭീകരാക്രമമുണ്ടായി. നവംബർ 29 വരെ നീണ്ടുനിന്ന ആക്രമണപരമ്പരയ്ക്കൊടുവിൽ 173 പേർ മരണമടഞ്ഞു. 308 പേർക്ക് പരിക്ക് പറ്റുക കൂടി ചെയ്ത ഈ ആക്രമണത്തിൽ 8 ബോംബ് സ്ഫോടനങ്ങളും വെടിവയ്പ്പുമാണ് നടന്നത്. നവംബർ 28-ന് രാവിലെ ആയപ്പോൾ താജ് ഹോട്ടൽ ഒഴികെയുള്ളവ നാഷണൽ സെക്യൂരിറ്റി ഗാർഡ്സിന്റെ നിയന്ത്രണത്തിലായിക്കഴിഞ്ഞിരുന്നു. പാകിസ്ഥാൻ കേന്ദ്രമായി പ്രവർത്തിക്കുന്ന ലഷ്കർ-ഇ-തൊയ്ബയിൽ (Lashkar-e-Toiba) അംഗമായ അജ്മൽ അമീർ കസബിനെ (Ajmal Amir Kasab) ആക്രമണം നടത്തുമ്പോൾ ജീവനോടെ പിടികൂടി. ഈ നൂറ്റാണ്ടിൽ തീവ്രവാദ ദുരന്തങ്ങൾ അനുഭവിക്കേണ്ടിവരുമെന്ന സൂചനയാണ് ഇത് നൽകുന്നത്.

ഇന്ത്യയുടെ ചന്ദ്രയാൻ ദൗത്യം: 2008

2008 ഒക്ടോബർ 22-ന് ഇന്ത്യൻ ബഹിരാകാശ ഗവേഷകരുടെ ശ്രമഫലമായി ചന്ദ്രയാൻ-1 (Chandrayan -1) വിജയകരമായി വിക്ഷേപിച്ചു. 1959-ൽ സോവിയറ്റ് യൂണിയൻ ലൂണ-2 (Luna-2) എന്ന ബഹിരാകാശവാഹനം വിക്ഷേപിച്ചതോടെയാണ് ചന്ദ്രനെക്കുറിച്ചുള്ള ഗവേഷണം ഊർജിതമായത്. 1969-ൽ അപ്പോളോ-11-ൽ (Apollo-11) സഞ്ച

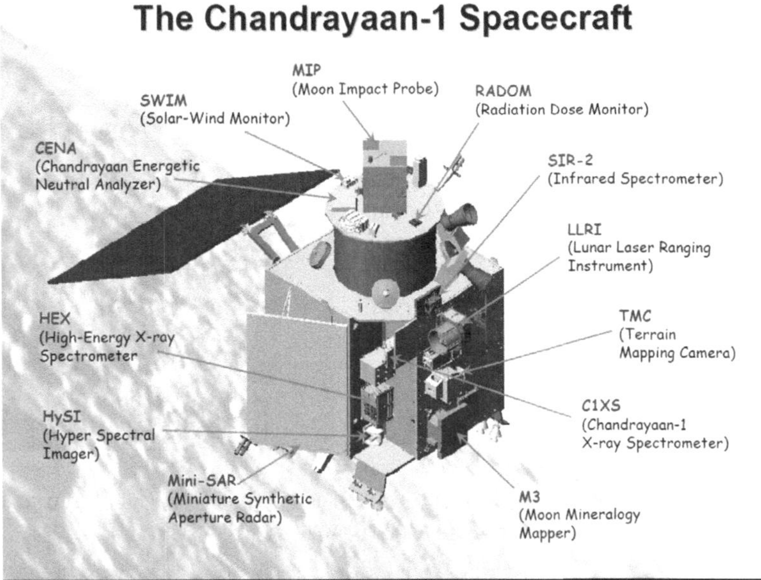

ചന്ദ്രയാൻ-1ന്റെ കമ്പ്യൂട്ടർ ഗ്രാഫിക്സ്

രിച്ച നീൽ ആംസ്ട്രോങ് (Neil Armstrong) ചന്ദ്രനിൽ കാലുകുത്തിയ ആദ്യമനുഷ്യനായി. ഇന്ത്യൻ സ്പേസ് റിസർച്ച് ഓർഗനൈസേഷൻ (ISRO) മനുഷ്യരില്ലാത്ത വാഹനമാണ് ചന്ദ്രനിലേക്കയച്ചിരിക്കുന്നത്. ചന്ദ്രോപരിതലത്തിലെ ധാതുക്കളും രാസവസ്തുക്കളും പരിശോധിക്കുന്നതിനോടൊപ്പം അടുത്ത ഘട്ടത്തിൽ ഇന്ത്യാക്കാരനെ ചന്ദ്രനിലെത്തിക്കുകയാണ് ഐ എസ് ആർ ഒയുടെ ലക്ഷ്യം. പൂർണമായും ഇന്ത്യൻ നിർമിതവും അന്യരാജ്യങ്ങളുടെ ഉപഗ്രഹങ്ങളുമായാണ് PSLV (Polar Satellite Launch Vehicle) ആകാശത്തേക്ക് കുതിച്ചത്. 386 കോടി രൂപ ചെലവഴിച്ച ഈ ദൗത്യത്തിൽ തിരുവനന്തപുരത്തെ വിക്രം സാരാഭായ് സ്പേയ്സ് റിസർച്ച് സെന്റർ കാര്യമായ പങ്കുവഹിച്ചു. ദരിദ്ര സാഹചര്യത്തിൽ ജീവിക്കുന്ന കോടിക്കണക്കിന് മനുഷ്യരുള്ള ഇന്ത്യയിൽ 386 കോടി ചെലവഴിച്ച് ആകാശ ഗവേഷണം നടത്തുന്നതിനെതിരെ വിമർശനങ്ങളുണ്ടായിട്ടുണ്ട്.

ഇന്ത്യക്കാർക്ക് ഓസ്കാർ അവാർഡുകൾ:

പുതിയ നൂറ്റാണ്ട് ഇന്ത്യക്കാർക്ക് ഹൃദ്യമാക്കുന്ന തരത്തിൽ പാശ്ചാത്യ ലോകത്തിന്റെ കുത്തകയായിരുന്ന സിനിമാ അവാർഡുകൾ ഇന്ത്യാക്കാർക്കും ലഭിക്കാനിടയായി. *സ്ലംഡോഗ് മില്യനെയർ (Slumdog Millionaire)* എന്ന ചിത്രത്തിലെ സംഗീതത്തിലൂടെ ഇന്ത്യൻ സംഗീത

എ ആർ റഹ്മാൻ

മാന്ത്രികൻ എ ആർ റഹ്മാൻ രണ്ട് ഓസ്കാർ അവാർഡുകൾ നേടി ചരിത്രത്തിലെ നക്ഷത്രമായി. ശബ്ദ മിശ്രണത്തിൽ അത്ഭുതപ്രവർത്തി ചെയ്ത് ഓസ്കാർ അവാർഡ് നേടിയ റസൂൽ പൂക്കുട്ടി ഇന്ത്യക്കാരൻ എന്നതിനേക്കാൾ മലയാളികളുടെ അഭിമാനമായി. 1983–ൽ വസ്ത്രാലങ്കാരത്തിന് ഭാനു അതയ്യ (Bhanu Athaiya) ഓസ്കാർ അവാർഡ് നേടിയിട്ടുണ്ട്. അത് റിച്ചാർഡ് ആറ്റൻബറോയുടെ *ഗാന്ധി* എന്ന സിനിമയിലൂടെയായിരുന്നു. സിനിമാരംഗത്തെ അതുല്യ സംഭാവനകൾക്ക് 1992–ൽ സത്യജിത് റായിയും ഓസ്കാർ അവാർഡ് കരസ്ഥമാക്കിയിരുന്നു. ഉത്തർപ്രദേശിലെ മിർസാപ്പൂരിലും വാരണാസിയിലും നിർമിച്ച *സ്ലംഡോഗ് മില്യനെയർ* ഡാനി ബോയൽ (Danny Boyle) ആണ് സംവിധാനം ചെയ്തത്. ഇദ്ദേഹത്തിന് മികച്ച സംവിധായകനുള്ള അവാർഡും ലഭിച്ചു. ആകെ 8 ഓസ്കാർ സമ്മാനങ്ങൾ ഈ ചിത്രം നേടുകയുണ്ടായി. ഓസ്കാർ അവാർഡ് സംവിധാനം ഏറെ വിമർശന വിധേയമാണെങ്കിലും ഇന്ത്യയുടെ യശസ്സ് ലോകത്താകമാനം പരന്ന ദിനങ്ങളാണ് ഓസ്കാർമേള സമ്മാനിച്ചത്.

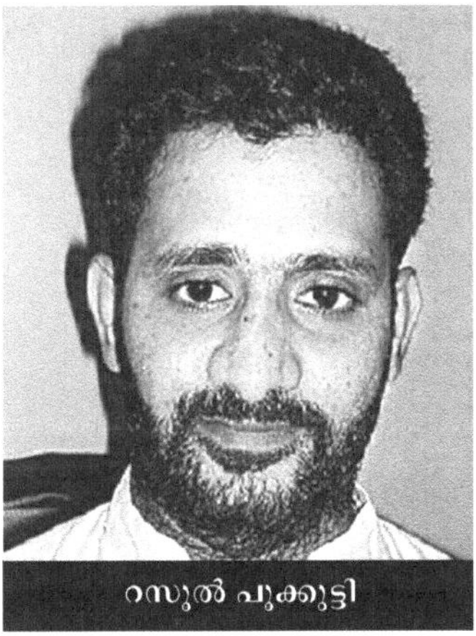
റസൂൽ പൂക്കുട്ടി

ഇന്ത്യയിലെ അതിസമ്പന്നരും ദാരിദ്ര്യവും: 2009

ലോകത്തിലെ അതിസമ്പന്നരുടെ പട്ടികയിൽ ഇന്ത്യൻ സമ്പന്നർ ഇടംകണ്ടെത്തിയിരിക്കുന്നത് വികസനത്തിന്റെ അടയാളമായി ചിലർ ചൂണ്ടിക്കാണിക്കുന്നതിലെ വൈരുധ്യം നാം കാണേണ്ടതുണ്ട്. മുകേഷ് അംബാനി, ലക്ഷ്മി മിത്തൽ, അനിൽ അംബാനി എന്നീ ഇന്ത്യൻ സമ്പന്നർ ലോകമുതലാളിമാരായിരിക്കുന്നു. ബിൽഗേറ്റ്സ് (Bill Gates), വാറൺ ബഫറ്റ് (Warren Buffett), കാർലോസ് സ്ലിം (Carlos Slim) എന്നിവർക്കൊപ്പമാണ് അവരുടെ സ്ഥാനം. മുകേഷ് അംബാനി ഏഴാമതും, ലക്ഷ്മി മിത്തൽ എട്ടാമതുമായിട്ടാണ് ഈ പട്ടികയിൽ സ്ഥാനം പിടിച്ചിരിക്കുന്നത്. എന്നാൽ 2007–ലെ കണക്കനുസരിച്ച് 25 ശതമാനം ജനങ്ങളും മുഴുപ്പട്ടി

ണിയിലാണ് ജീവിക്കുന്നത്. ആഫ്രിക്കയിലെ രാജ്യങ്ങളിൽ മാത്രമാണ് ഇതിനേക്കാൾ പട്ടിണിക്കാരുള്ളത്. ലോകബാങ്കിന്റെ കണക്കനുസരിച്ച് 456 മില്യൺ ഇന്ത്യാക്കാരും (ഇത് ജനസംഖ്യയുടെ 42 ശതമാനം) ദാരിദ്ര്യരേഖയ്ക്ക് താഴെയാണ് ജീവിക്കുന്നതെന്നാണ് കണക്ക്. ഇന്ത്യൻ പ്ലാനിങ്ങ് കമ്മീഷന്റെ 2004–2005–ലെ കണക്കനുസരിച്ച് 27.5 ശതമാനം ജനങ്ങൾ ദാരിദ്ര്യരേഖയ്ക്ക് താഴെയാണ്. ഇന്ത്യയിലെ കുട്ടികളിൽ 42.5 ശതമാനം പേരും പോഷകാഹാരക്കുറവിനാൽ രോഗബാധിതരാണെന്ന കണക്കും ലഭിക്കുന്നുണ്ട്. ഇന്ത്യയിലെ മധ്യപ്രദേശ് സംസ്ഥാനത്തിലെ ദരിദ്രരുടെ സ്ഥിതി എത്യോപ്യ, സുഡാൻ എന്നീ രാജ്യങ്ങളിലേതിന് സമാനമാണെന്നും കണക്കുകൾ സൂചിപ്പിക്കുന്നു. വിരലിലെണ്ണാവുന്നവർ അതിസമ്പന്നരാവുന്നതിനനുസരിച്ച് ദരിദ്രരുടെ എണ്ണം പെരുകുന്ന ശോചനീയ അവസ്ഥയാണ് ഇന്ത്യ ഇന്ന് നേരിടുന്നത്.

അധികവായനയ്ക്ക്

Eric Hobsbawm : *The Age of Imperialism, Industry and Empire,* Harmondsworth, 1971.

The Age of Extremes, London, 1994.

R Miliband : *Capitalist Democracy in Britain,* Oxford, 1982.

E P Thompson : *The Making of the English Work ing Class,* NewYork, 1966.

R Luxemberg : *Social Reform or Social Revolu tion,* Colombo, 1966.

B Vander Vort : *Wars of Imperial Conquest in Af rica, 1830-1914,* London, 1998.

D H Kaiser (ed.,) : *The Worker's Revolution in Russia of 1917,* Cambridge, 1987.

F L Carsten : Revolution in Central Europe 1918-1919, London, 1972.

G H Meaker : *The Revolutionary Left in Spain 1914-1923,* Stanford, 1974.

I Turner : *Industrial Labour and Politics,*

		London, 1965.
P Spariano	:	*The Occupation of the Factories,* Italy 1920, London, 1975.
C P Kindelberger	:	*The World in Depression,* London, 1973.
A J P Taylor	:	*The Second World War,* HarmaondsWorth, 1976.
G Kolko	:	*Century of War,* New York, 1997.
J L Anderon	:	*Che Guevara*, New York, 1997.
J Petras and M Morley	:	*Latin America in the Times of Cholera*, New York, 1992.
V I Lenin	:	*Collected Works,* Moscow, 1961
A Gramsci	:	*The Moern Prince and Other Es says,* London, 1957.
David Brownstone & Irene Frauck	:	*Dictionary of 20th Century* History, *New York, 1990.*